പുസ്തകപ്പത്തിരി

pusthakappathiri
novel
•
suhara koottayi
•
first edition
december 2010
•
second edition
march 2017
•
typesetting
megha
•
published
chintha publishers, thiruvananthapuram
•
printed

•
cover
ambeesh kumar

വിതരണം
ദേശാഭിമാനി ബുക്ക് ഹൗസ്
H O തിരുവനന്തപുരം–695 035
phone: 0471-2303026, 6063026
www.chinthapublishers.com
chinthapublishers@gmail.com

ബ്രാഞ്ചുകൾ
ഹെഡ്ഡാഫീസ് ബ്രാഞ്ച് കുന്നുകുഴി • സ്റ്റാച്യു തിരുവനന്തപുരം • കെ എസ് ആർ ടി സി ബസ് സ്റ്റേഷൻ ആലപ്പുഴ • കെ എസ് ആർ ടി സി ബസ് സ്റ്റേഷൻ എറണാകുളം • മച്ചിങ്ങൽ ലെയിൻ തൃശൂർ • ഐ ജി റോഡ് കോഴിക്കോട് • മാവൂർ റോഡ് കോഴിക്കോട് • എൻ ജി ഒ യൂണിയൻ ബിൽഡിങ് കണ്ണൂർ • സെൻട്രൽ ബസ് ടെർമിനൽ കോംപ്ലക്സ് താവക്കര കണ്ണൂർ

CR - 1616 / 4141
ISBN - 978-81-26205-95-0

പുസ്തകപ്പത്തിരി

നോവൽ

സുഹറ കൂട്ടായി

ചിന്ത പബ്ലിഷേഴ്സ്
തിരുവനന്തപുരം-695 035
വില: ₹ 95

സുഹറ കൂട്ടായി

മലപ്പുറം ജില്ലയിലെ അരീക്കോട് ജനനം. പിതാവ്: പി അബൂബക്കർ. മാതാവ്: ടി പി മറിയം. അരീക്കോട് ഓറിയന്റൽ ഹൈസ്കൂൾ, മമ്പാട് എം ഇ എസ് കോളേജ്, തലശ്ശേരി ബ്രണ്ണൻ കോളേജ്, ഫാറൂഖ് ട്രെയിനിങ് കോളേജ് എന്നിവിടങ്ങളിൽ വിദ്യാഭ്യാസം. ഇപ്പോൾ മലപ്പുറം ജില്ലയിലെ ചേറൂർ ഹയർസെക്കന്ററി സ്കൂളിൽ മലയാളം അധ്യാപിക.

ആനുകാലികങ്ങളിൽ ചെറുകഥകൾ എഴുതാറുണ്ട്.

ഭർത്താവ് : എം ബാപ്പുട്ടി
മക്കൾ : ആസാദ്ഷ, അബുഗസൽ
വിലാസം : 'തീരം'
കൂട്ടായി പി ഒ, തിരൂർ
മലപ്പുറം – 676562

ഉള്ളടക്കം

സമർപ്പണം

മഴയിൽ കുടയായും
ഇരുട്ടിൽ വെളിച്ചമായും
എന്നോടൊപ്പം നിന്നിരുന്ന
എന്നെ ഞാനാക്കിയ
എന്റെ പാവം ബാപ്പയ്ക്ക്.....
അക്ഷരത്തിന്റെ അഗ്നി എന്നിൽ
പടർത്തിയ എന്റെ അധ്യാപകർക്ക്....

1

ഇ എം എസ് അബു

"**ഉ**മ്മാമ, ജാഥ വര്ണുണ്ട്."

അത്താണിപ്പുറത്തിരുന്ന് ഞാൻ ഉറക്കെ വിളിച്ച് പറഞ്ഞു. ഉമ്മാമ്മയും ഉമ്മയും അമ്മായിയും കൗസാത്തയും സൈനാത്തയും കൊലത്തിയും സൽമയും കല്യാണിയും ആയിശക്കുട്ടിയും പിന്നേയും കൊറേ പെണ്ണുങ്ങൾ പാഞ്ഞ് വന്നു; അത്താണിച്ചോട്ടിൽ നിന്നു.

"എവ്ടെ....... എവ്ടെ?" എത്തുന്നതിനു മുമ്പ് വിളിക്കണം. ഉണ്ടെങ്കിൽ പിന്നെ കുറച്ച് ടൈപ്പ് ചെയ്യണം.

"ദാ വര്ണു......"

അത്താണിപ്പുറത്ത് കയറിനിൽക്കുകയായിരുന്ന എനിക്ക് മരപ്പാലം കടന്ന് ആളോട്ടിപ്പാറേന്റെ ചോട്ടിൽക്കൂടെ വരുന്ന ജാഥേനെ ശരിക്കും കാണാമായിരുന്നു.

"ജാഥേന്റെ മുന്നില് ന്റെ അബുണ്ടാവും. ഓനെ സെരിക്കൊന്ന് കാണംണച്ചാല് ഒരു ജാഥ വരണം."

പീളകെട്ടിയ കണ്ണുകൾ അമർത്തിത്തിരുമ്മി ഉമ്മാമ്മ കൈപ്പടം നെറ്റിമേൽ വെച്ചു.

ബാപ്പയും നീലാണ്ടനും ചാത്തനും ആശാരി വേലേട്ടനും ടൈലറ് ദാമോദരേട്ടനും വേറെ കൊറച്ചാൾക്കാരും കൂടെ പലതും വിളിച്ച് പറഞ്ഞ് ഞങ്ങൾക്ക് മുന്നിലൂടെ കടന്നുപോയി. എല്ലാവരുടെ തലയിലും കുട്ടിച്ചാക്കിൽ നെല്ല്.

"ബാപ്പാ" ഞാനുറക്കെ വിളിച്ചു. ശീമക്കൊന്നേന്റെ വടീമ്മല് കെട്ടിയ കൊടി ആടി. കൊടിയിൽ നിന്നൊരരിവാള് ബാപ്പയോടൊപ്പം എന്നെ നോക്കി ചിരിച്ചു. നിലാവ്പോലെ. ജാഥ പോയിട്ടും ഞാനത്താണിപ്പുറത്ത് കുത്തിയിരുന്നു. ഈരെടുത്ത് പേൻ പൊട്ടിച്ചു. വ്യസനം പുരണ്ട ഒരു

ചിന്ത മനസിലേക്കോടി വന്നു. നാളെ മദ്രസേല് ചെന്നാല് ഉസ്താദ് എന്നെ അടിക്കും. ഒറപ്പാ. ന്റെ ബാപ്പ മാത്രമേ ജാഥേല് ഒരു മുസ്ലീമ്ണ്ടായിന്നുള്ളൂ. ഈയെമ്മസബൂന്ന് എല്ലാരും കളിയാക്കി പറയും. അബു എന്ന എന്റെ പാവം ബാപ്പ.

"ആരാണാവോ ഈയെമ്മസ്?"

ബാപ്പാന്റെ പേരിന്റെ മുമ്പില് കയറിനിന്ന് ആൾക്കാരെക്കൊണ്ട്ന്റെ ബാപ്പാനെ കളിയാക്കിപ്പിക്ക്ണ ആ ആളെ കണ്ടാല്...... കണ്ടാല് ഞാനെന്താ കാട്ടാ? അല്ലെങ്കില് എനിക്കെന്താ കാട്ടാൻ? ചീട്ട്കളി സംഘത്തില് എന്നും തല്ല്ണ്ടാക്ക്ണ ഉസ്സൻകാക്ക തല്ലിക്കോളും. അങ്ങിനെ ബാപ്പാന്റെ പേരിന്റെ മുൻപില് കയറിനിന്ന് മാഞ്ഞാളം കാട്ട്ണ പിരാന്തൻ അടങ്ങിക്കോളും.

ഹാവൂ..... സമാധാനം. മദ്രസേന്ന് കിട്ട്ണ നാളത്തെ അടി സഹിക്കാം. ഉസ്സൻ കാക്കയും ഈയമ്മസും തമ്മിലുള്ള തല്ലിൽ ഉസ്സൻകാക്ക ജയിച്ചാൽ പിന്നെ ജാഥ വിളിക്കൂലാ. അതോടെ......

അത്താണിപ്പുറത്ത് നിന്നും ഞാൻ കൈതപ്പൊത്തിന്റെ ഇപ്പുറത്തേക്ക് ചാടി. ചായമക്കാനിയിൽനിന്നും ആരോ ഉറക്കെ പത്രം വായിക്കുന്നു. കാഞ്ഞിരമരത്തണലിൽ കുപ്പായമിടാത്ത അഞ്ചാറാണുങ്ങൾ അപ്പുറത്ത് കൊയ്യാൻ പോകുന്ന പെണ്ണുങ്ങളും. ഞാന്ന് തുടങ്ങിയ മുലകൾക്ക് മുകളിൽ പലതരം കല്ല് മാലയിട്ടിട്ടുണ്ട്.

"കുട്ട്യേ ഒരാപ്പ് കുടിച്ചോളീ" കൊലത്തി അത് പറഞ്ഞ് എന്നെ നോക്കി ചിരിച്ചു.

"ഇൻക്ക് വെള്ളച്ചായ മതി."

കറുകറുത്ത ഒരു സ്പൂൺ വെളുത്ത ചായയിൽ കിടന്ന് വടക്ക് നിന്നപ്പോൾ ബാപ്പ ഓടി കിതച്ച് വന്ന് ചായമക്കാനിയിൽ കയറി.

"അബു മാപ്പ്ളേയ് എന്തേയ്?"

കൊയ്യ്യാൻ പോകുന്ന പെണ്ണുങ്ങളെല്ലാരും കൂടെ ചോദിച്ചു.

"പോലീസ്...... പോലീസ്......"

കാക്കിട്രൗസറിട്ട രണ്ട് പോലീസുകാർ വടിയും കൊണ്ടോടി വന്നു.

"നിങ്ങള് കണ്ടോ?"

"ആരെ?"

"ഈയമ്മസ്സബൂനെ?"

"ഞാള്, കണ്ടിറ്റില്ല എമാൻമാരേ."

"മാറി നിക്കടീ ചെറ്മ്യേളെ."

പൊലീസ് കൊയ്ത്ത്പെണ്ണുങ്ങൾക്കിടയിലൂടെ തിക്കിത്തിരക്കി. കൊലത്തി അരിവാളുംകൊണ്ട് മുന്നിൽ കയറി നിന്നു.

"മാറീലെങ്കിലോ?"

"ചോരപ്പുഴ ഒഴുക്കും.... ഇവിടെ ചോരപ്പുഴ ഒഴുക്കും." പോത്തിന്റെ കണ്ണുള്ള പൊലീസ് പറഞ്ഞു.

“ന്നാലതൊന്ന് കാണട്ടെ”

ചക്കിയും കൊറ്റിക്കുട്ടിയും കൗസാത്തയും പിന്നെ കൊയ്യാൻ പോണ മുഴുവൻ പെണ്ണുങ്ങളും അരിവാളുംകൊണ്ട് മുന്നിൽ കയറി നിന്നു.

“അബു മാപ്പ്ളേനെ ഇബടന്ന് കൊണ്ടോവാൻ ഞാള് സമ്മയ്ക്കൂലാ. ഇതേയ് നെല്ല് കൊയ്യാൻ മാത്തറല്ല പറ്റാ..... വേറെ ചെലതും ഇതോണ്ട് കൊയ്യാം.”

അരിവാളും ഉയർത്തിപ്പിടിച്ച് കൊലത്തി വിറച്ചങ്ങനെ നിന്നു. ചാത്തു വെളിച്ചപ്പാടിനെപ്പോലെ. ഉയർത്തിപ്പിടിച്ച അരിവാളുകൾ കണ്ടാവാം പൊലീസ് മടങ്ങിപ്പോയി. ചായമക്കാനിയുടെ ചെറ്റവാതിലിൽ ബാപ്പ നിന്നു. ഞാൻ ബാപ്പയുടെ കൈ പിടിച്ചു.

2

ഓവുപാലം

ഓവു പാലത്തിൻമേലിരുന്നാൽ നിമ്മിണിക്കാരുടെ നീണ്ട് പരന്ന പാടം കാണാം. കൊയ്ത്തുപാട്ടിന്റെ ഈണം മുറുകുന്നു. എല്ലാവരും കുമ്പിട്ടു നിന്ന് കൊയ്തെടുക്കുന്നു. സ്വർണമണികൾപോലെത്തെ നെൻമണികൾ. കറ്റക്കെട്ട് കൊണ്ട് പാടവരമ്പത്തൂടെ മണ്ടിപ്പോവുന്ന പെണ്ണുങ്ങൾ. അന്തിച്ചോപ്പിൽ ആകാശം.

“ഇജ്ബ്ടെ കുത്തിരിക്ക്യാ?”

കിളികൊത്തിയ മൂന്ന് കോമാങ്ങയുംകൊണ്ട് ചിരിച്ച് നിൽക്കുന്നു ആയിശക്കുട്ടി.

“എനിക്കേയ് പോത്താഞ്ചേരിക്കാർടെ കോമാവ്മന്ന് മൂന്ന് മാങ്ങ കിട്ടി. നല്ല ചോന്ന മാങ്ങ.”

കിളി കൊത്തിയ ഭാഗം മറച്ചു പിടിച്ച് അവളത് പറഞ്ഞപ്പഴും കിളിച്ചുണ്ട് പോലെ മാങ്ങയുടെ പള്ളഭാഗം കീറീട്ടുണ്ട്. ചായമക്കാനി നടത്ത്ണ ഏന്തീൻ കുട്ടിക്കാക്കാന്റെ മോളാ ഈ ആയിശക്കുട്ടി.

“നല്ല രസംണ്ട് കൊയ്ത്ത് കാണാൻ.”

“ഇജ് കൊയ്ത്തും നോക്കി ഇബടെ കുത്തിരുന്നോ. ഇന്ന് മോന്തിക്ക് മദ്രസണ്ട്.”

“യാ ബദ്രീങ്ങളേ..... ഓത്ത് പഠിച്ചിട്ടില്ല.” ഞാനാകെ പേടിച്ച് പറഞ്ഞു.

“ഞാനും.”

ഞാനവളെ അതിശയത്തോടെ നോക്കി.

“പിന്നെന്താ അനക്കീ ധൈര്യം?”

“ഇനുക്ക് അടി കിട്ടൂലാ..... ന്റെ ബാപ്പേയ് എപ്പളും നിസ്കരിക്കാൻ പോക്ക്ണ്ട്. അന്റെ ബാപ്പ്യോ?”

ഒരു മുള്ള് എന്റെ നെഞ്ചിൽ കുത്തി. “പടച്ചോനേ ആ ഈയെമ്മ സിന്റെ ദുൽമിൽനിന്ന് ന്റെ ബാപ്പാനെ കാക്കണേ. ചോന്ന കൊടീന്റെ മുമ്പത്തിൽനിന്നും ന്റെ ബാപ്പാനെ കാക്കണേ.”

“ആമീൻ.”

ആയിശക്കുട്ടീം ഞാനും ഒരുമിച്ച് പറഞ്ഞു. എന്റെ പ്രാർഥന കേട്ടി ട്ടാവാം കൊയ്ത്ത് കഴിഞ്ഞ പാടത്ത്നിന്നു കിളികളൊക്കെ അന്തച്ചോപ്പി ലേക്ക് പറന്നുപോയ്. പള്ളിയിൽനിന്നും മഗ്‌രിബിനുള്ള നഗാര അടിച്ചു ഞാൻ വേഗം പുഴയിലേക്കോടി. പുഴക്ക് നല്ല സന്തോഷംണ്ട്ന്നാ തോന്ന് ണത്. സൂര്യന്റെ മഞ്ഞ ചോപ്പ് വെള്ളത്തിന് മുകളിൽ മിനുസമുണ്ടാക്കി. ഇളംചൂടുള്ള വെള്ളത്തിൽ അങ്ങോട്ടും ഇങ്ങോട്ടും പുറമാന്തിക്കൊടുത്ത് കൊയ്ത്തു പെണ്ണുങ്ങൾ പലതും പറഞ്ഞ് പൊട്ടിച്ചിരിച്ചു.

താഴെ കടവത്ത് ബീഡിവലിച്ച്കൊണ്ട് ഉമ്മറാക്ക തോണി കുത്തുന്നു. ഇരുട്ട് ആരേയും കാണാതെ പുഴയുടെ മേലേക്ക് വീണു. ഞാൻ പൊരയിലേക്കോടി. വക്ക് പൊട്ടിയ സ്ലേറ്റും ഉമ്മാമ്മ കെട്ടിയ ചൂട്ടു മായ് നാറ്റിട്ടിയിലൂടെ കാട്ടിലേയ് പാടത്തൂടെ മദ്രസവരെ വേഗം വേഗം നടന്നു. ബീഡി തെരക്കാനുള്ള ഇലയുംകൊണ്ട് ബാപ്പ വര്ണുണ്ട്.

“മോളെന്തെങ്കിലും തിന്നോ?”

ഇല്ലെന്ന് തലയാട്ടി.

“മദ്രസ വിട്ടാല് ബേം പോരോണ്ടു. ചോറ് ബെയ്ക്കാംട്ടൊ.”

ഉപ്പും മൊളകും അരീം നിറച്ച ചെറിയ സഞ്ചി കാണാൻ മാത്രം ഇല്ല. ഞാൻ ബാപ്പയെ തിരിഞ്ഞ് നോക്കി. മുള വന്ന കാല് ഏന്തിചവിട്ടി ബാപ്പ വേഗം നടന്നുപോയ്. മദ്രസവളപ്പിലേക്ക് ഓടി എത്തിയപ്പള്ക്കും സ്വലാത്ത് കഴിഞ്ഞിരുന്നു.

“എന്തേ ഇജ്ജും പോയോ ജാഥക്ക്?”

അദ്ദുമൊയ്ല്യാരെ നെറ്റിമല് നിസ്കാരത്തഴമ്പ്. മൈലാഞ്ചിത്താടി യിൽ പറ്റിയിരിക്കുന്നു കളിയാക്കൽ. ഞാൻ തലതാഴ്ത്തി. മൊട്ടത്തല യൻ കുട്ടികൾ ആർത്ത് ചിരിച്ചു. മക്കനവട്ടങ്ങൾ ഇളകി. മക്കത്തെ സെന്റിന്റെ മണമാണ് അദ്ദുമൊയ്ല്യാർക്ക്.

“എല്ലാ ബലാലും ആഫത്തും ഇടങ്ങേറുകൾ മുസീബത്തും ബദ്രീ ങ്ങളെ ബറ്ക്കത്തിനാൽ ശിഫയാക്കണം യാ റബനാ.”

ബാപ്പ പാടുന്ന അതേ ബയ്ത്ത് തൊട്ടടുത്ത് നിന്നും ആരോ പാടുന്നു. കണ്ണുനീരിന് ഉപ്പിന്റെ രുചി. രുചി മാറ്റമില്ലാതെ എന്നും അതൊ ഴുകി നാവിലെത്തുന്നു.

“മുസ്ലീങ്ങൾ മാത്രമേ സ്വർഗത്തിൽ കടക്കുകയുള്ളു.”

വടി ചുഴറ്റി അദ്ദുമൊയ്ല്യാര് ക്ലാസിലാകെ നടന്നു. ഇടം കണ്ണിട്ട് എന്നെ നോക്കി. ജിന്നും ഇഫ്‌രീത്തും പതുങ്ങിനടക്കുന്ന പള്ളിമുറ്റം കണ്ട് പേടിയോടെ ഞാൻ ക്ലാസിലേക്ക് നോക്കി നിന്നു. പാനീസ് വെളിച്ചത്തിൽ അദ്ദുമൊയ്ല്യാര് കുട്ടികളെ പിച്ചുന്നു. കുട്ടികൾ നിഴലുകൾപോലെ കമഴ്ന്ന് ചാഞ്ഞിരിക്കുന്നു. അദ്ദുമൊയ്ല്യാരുടെ നെറ്റിമല് കാണണത്

നിസ്കാരത്തഴമ്പല്ല. കറുകറുത്ത ഒരരിമ്പാറ. എനിക്ക് ചിരി വന്നു. ആ വിവരം അവിടന്ന് ഉറക്കെ വിളിച്ച് പറഞ്ഞോടിയാലോ? പുറത്തെ ഇരുട്ടിൽ പതിയിരിക്കുന്ന കോടാനുകോടി ജിന്നുകൾ എന്നെ നോക്ക്ണത് പോലെ എനിക്ക് തോന്നി. പതുക്കെ പതുക്കെ വീശിയ കാറ്റ് ഉറക്കെ വീശി. കാറ്റിൽ ഖബർസ്ഥാനിലെ പാലപ്പൂമണം. കാറ്റിന് കലി വന്നു. പാനീസ് വിളക്ക് കെട്ടു. പുറത്തെ ഇരുട്ടിനെക്കാളും കട്ടി കൂടിയ അകത്തെ ഇരുട്ട്. അകത്തെ ഇരുട്ടിൽ വളകിലുക്കവും ചിരിയും. അദ്ദുമൊയ്ല്യാരുടെ അടക്കിപ്പിടിച്ച ഒച്ചയും. മക്കത്തെ സെന്റിന്റെ മണം എന്റെ മേലേക്ക് വീണു. ഞാനെത്ര കുതറിയിട്ടും പിടിവിടാതെ...... സെന്റിന്റെ മണം എന്നെയാകെ പൊതിഞ്ഞു. വക്ക് പൊട്ടിയ സ്ലേറ്റ് താഴെ വീണു. ഉമ്മാമ കെട്ടിയ ചൂട്ടുമായ് ഞാൻ ഓടി. ജിന്നിനെക്കാളും പേടിക്കേണ്ടത് മനുസമ്മാര്യാണ്ന്ന് എനിക്ക് തോന്നി.

3

വായനശാല

രാവിലെ നേരത്തെ കവുങ്ങിന്റെ അലക് കീറി വൃത്തിയാക്കുകയായിരുന്നു ബാപ്പ. കമ്പോണ്ടരും ആൾക്കാരും ഇല്ലിപ്പടി കടന്നു വന്നു.

"അബൂ പൊറപ്പെടാം."

ബാപ്പ ഉഷാറായി.

"മറിയംബീ കൊറച്ച് കട്ടനെടുത്തോ."

"അയ്ന് ഇബടെ സർക്കരപ്പൊടി ഇല്ല." ഉമ്മാക്ക് എപ്പളും ഒരു തണുപ്പാണ്.

"ഇലവെള്ളം മതി. ഞങ്ങളേയ് ഒരു വായനശാലണ്ടാക്കാൻ പോവാ."

ഓലക്കൊടി മണക്ക്ണ ചായണ്ടാക്കി ഉമ്മ കോലായ്മ കൊണ്ടോന്നു വെച്ചു. പെർന്നാള്ക്ക് മാത്രം എട്ക്ക്ണ രണ്ടു പുള്ളിഗ്ലാസും. ഞാനത് വെറുതെ മണത്ത് നോക്കി. ക്രറക്കാ മണക്ക്ണ്ണ്ട്. കമ്പോണ്ടര് ചായ പാർന്നു. എല്ലാരും കുടിച്ചു. നാല് കവുങ്ങിൻ കഷ്ണം തലയിൽവെച്ച് നടക്കുമ്പോ ഞാൻ ചോദിച്ചു.

"എന്തിനാ വായനസാല"

"വായിക്കാൻ."

"എന്താ വായിക്ക്യാ?"

"പത്രം."

"എന്തിനാ വായിക്ക്ണത്?"

"മോള് കമ്പോണ്ടരോട് ചോയ്ക്കീ." കമ്പോണ്ടര് ചിരിച്ചു. നീണ്ട മൂക്കിൻതുമ്പത്ത് വിയർപ്പ്ണ്ട്.

"നമ്മുടെ നാടും നാട്ടാരും വായിക്കണം. അതിനൊരു വായനശാല വേണം. നല്ലൊരു കാലം വരണം. എല്ലാർക്കും അറിവുള്ള നല്ലൊരു കാലം."

"തിരിഞ്ഞോ അനക്ക്?" ബാപ്പ എന്നെ ചെരിഞ്ഞ് നോക്കി. എനിക്കൊന്നും തിരിഞ്ഞിട്ടില്ലായിരുന്നു. എന്നിട്ടും ഞാൻ പറഞ്ഞ് "തിരിഞ്ഞ്."

ആർക്ക് മുറിവ് പറ്റിയാലും മരുന്ന് വെച്ച് കെട്ടി കൊട്ക്ക്ണ കമ്പോണ്ടര് പടച്ചോനെപോലെത്തെ ഒരാളാണ്. റേഷൻ വാങ്ങാൻ പണമില്ലാത്തോർക്ക് പണം കൊട്ക്ക്ണ കമ്പോണ്ടര് പറഞ്ഞിട്ട് എനിക്ക് തിരിഞ്ഞിട്ടില്ലാന്ന് പറഞ്ഞാല് മരിച്ച് ചെന്നാ പടച്ചോൻന്നോട് ചോയ്ക്കൂലേ ന്തേ അനക്കത് തിരിയാഞ്ഞത് എന്ന്.

അതോണ്ട് പിന്നേം ഞാൻ പറഞ്ഞ് ഇനിക്ക് നല്ലോണം തിരിഞ്ഞ്ന്ന്. നല്ലോരു കാലം വന്നാല് മദ്രസേന്ന് ഞാൻ പൊറത്ത് നിക്കേണ്ടി വരൂലാ. മക്കത്തെ സെന്റിന്റെ മണം പാനീസ് കെട്ണ നേരത്ത് എന്നെ പൊതിയുകേം ഇല്ല. ഞാനക്കാര്യം ആരോടും പറഞ്ഞിട്ടും ഇല്ല. ബാപ്പിം ആൾക്കാരും അറിഞ്ഞാല് അദ്ദുമൊയ്ല്യാരെ മദ്രസേന്ന് മണ്ടിക്കും. അയാൾടെ കുടീല് അഞ്ചാറ് കുട്ട്യോള്ണ്ട്. ചെരങ്ങും ചൊറീം മാന്തി കോലായ്മല് ഇരിക്ക്ണുണ്ട്. ഇപ്പളും പള്ളേല്ള്ള ഒരു ബീടരുംണ്ട് അയാൾക്ക്. വേണ്ട ബാപ്പയോട് പറയണ്ട.

അത്താണിച്ചോട്ടിൽ നിന്നും കുറച്ച് മാറി തറികൾ കുഴിച്ചിട്ടു. അലക് വെച്ച് കെട്ടി ഓല മേഞ്ഞു. ബാപ്പയും ആൾക്കാരും വേഗം വേഗം പണിയെടുത്തു. കമ്പോണ്ടരുടെ വീട്ടിൽനിന്ന് രണ്ട് ബെഞ്ച് കൊണ്ടോന്നു. ആശാരി വേലേട്ടൻ നീണ്ട ഒരു മേശേം കൊണ്ടോന്നു. ചെറിയ ഒരു വായനശാല. ഒരു മരപ്പലകമേല് വെളുത്ത ചോക്ക്കൊണ്ട് കമ്പോണ്ടര് എഴുതിവെച്ചു. വൈ എം എ വായനശാല.

പിറ്റേന്ന് മുതൽ ശങ്കരനും വാസുവും മമ്മതും ചെറിയ ചാത്തനും വായനശാലയിലെ ബെഞ്ചിൽ നിരന്നിരുന്നു. ചെലരൊക്കെ തല കുത്തനെ പിടിച്ചാണത്രെ പത്രം വായിച്ചത്. കൊയ്യാൻ പോയ പെണ്ണുങ്ങൾ പുഴക്കടവിൽവെച്ച് പറഞ്ഞ് ഉറക്കെ ചിരിച്ചു.

ബാപ്പയും ആൾക്കാരും മീറ്റിംഗ് കൂടീത് വായനശാലയിൽ വെച്ചായിരുന്നു. വൈകുന്നേരത്തിന് അരിയും ഉപ്പും മുളകും മത്തിയും വാങ്ങാൻ ഞാൻ ബാപ്പാനെ കാത്ത് നിന്നു. എത്ര കാത്ത് നിന്നിട്ടും ബാപ്പാന്റെ മീറ്റിംഗ് കഴിയ്ണേയില്ല. ഞാൻ രണ്ടും കൽപ്പിച്ച് അകത്തേക്ക് കയറി ചെന്നു.

"ബാപ്പ!"

ബാപ്പ വർത്തമാനത്തിന്റെ ഇടയിൽനിന്ന് തന്നെ ചുളുങ്ങി മടങ്ങിയ ഒരു രണ്ടുറുപ്പിക നോട്ട് എനിക്കെടുത്ത് തന്നു. ഞാനോടി. അങ്ങാടി വരെ. പന്തകലാത്തെ പീടികേല് നല്ല തെരക്ക്. പൊറത്ത് കല്ലുപ്പിന്റെ മരപ്പെട്ടി. കറുത്ത് പോയ മരപ്പെട്ടിക്കുള്ളിൽ കിടന്ന് വെളുത്ത ഉപ്പ് പൊട്ടിച്ചിരിക്കുന്നതുപോലെ എനിക്ക് തോന്നി. പണി കഴിഞ്ഞ് പോകുന്നവരൊക്കെ ചെറിയ കടലാസു പൊതികളിൽ അരിയും ഉപ്പുംകൊണ്ട് അസ്തമയ

ത്തിലൂടെ നടന്നു. കറുത്ത മുഖ7ങ്ങളിൽ സൂര്യൻ ചോപ്പ് പൂശി. ആൾക്കാരെ കാണാൻ നല്ല ചേല്. കറുത്ത മരപ്പെട്ടിയിലെ വെളുത്തകല്ലുപ്പ് പാതിമുക്കാലും തീർന്നു. പന്തകലാത്തെ ഹാജ്യാർ പണമെണ്ണി കൂട്ടി ബുക്കിലെഴുതി. കറുത്ത് തടിച്ച് മലർന്ന ചുണ്ടിൽ തുപ്പൽ പത.

4

കൊങ്ങംബള്ളം

ഈ നൂറ്റാണ്ടിലെ ഏറ്റവും വലിയ വെള്ളപ്പൊക്കാ ഇത്. കമ്പോണ്ടരും ബാപ്പേം ആൾക്കാരുംണ്ടാക്കിയ വായനശാലേല് പോലും വെള്ളം കയറി. പോത്താഞ്ചേരിക്കാർടെ പാലമരം അരയ്ക്കൊപ്പം വെള്ളത്തിൽ നിന്ന് കരഞ്ഞു. പിന്നേയും പിന്നേയും മഴ പെയ്തു. വെള്ളത്തുള്ളികൾക്ക് മീതെ വെള്ളത്തുള്ളികൾ. തോടും പാടവും പുഴയും ഒന്നായ്. എവിടെ നോക്കിയാലും വെള്ളം. റോഡിലേക്കും വെള്ളം കയറി. ഉമ്മാമ കരിമ്പടത്തിനുള്ളിൽ മിണ്ടാതിരുന്നു.

"കൊങ്ങംബള്ളം"

തൊണ്ട വേദനിച്ചാണ് ഉമ്മാമ അങ്ങനെ പറഞ്ഞത്. "അങ്ങാടീ പോവാൻ തോണിണ്ട്. ഉമ്മറാക്കാന്റെ തോണിണ്ട്."

തലയിൽ തോർത്ത്മുണ്ട് കെട്ടി ബീഡി പല്ലോണ്ട് അമർത്തിക്കടിച്ച് പിടിച്ച് പുക വിട്ട് ഉമ്മറാക്ക തോണി കുത്തി. വസൂരിക്കുത്തുള്ള വെളുത്ത മുഖത്ത് എന്തൊരു ധൈര്യം.

സ്കൂളിലേക്ക്ള്ള കുട്ടികളും പണിക്ക് പോണ ആൾക്കാരും തോണിയിൽ തിങ്ങിയിരുന്നു. പാടങ്ങളുടെ നടുവിലുള്ള റോഡിലൂടെ തോണി തുഴഞ്ഞ് പോണത് കാണാൻ നല്ല രസം. കാറ്റോട് കൂടി വന്ന മഴയിൽ തൊപ്പിക്കുടകൾ പാറി കൊങ്ങംബള്ളത്തിന് മുകളിൽ തെന്നി തെന്നി മറഞ്ഞു. ദൂരെ ഒരു പൊട്ടുപോലെ ഒരു ചെറിയ തോണി പൊഴേന്റെ ഭാഗത്ത്ന്ന് വര്ണ്ണ്ടേയ്രുന്നു അപ്പോൾ.

"ഇമ്മാതിരി തുള്ളി മുറിയാത്ത മയേത്ത് ചാലിയാറിൽക്കൂടെ തോണീം കുത്തി ബരാൻ ആരിക്കാ ഇത്ര ദൈര്യം?"

ഉസ്സൻകാക്ക ഒറക്കെ ചോദിച്ചു. എല്ലാവരും അങ്ങോട്ടു നോക്കി. കൊങ്ങൻബള്ളത്തിന്റെ മോളിൽക്കൂടെ പെരുമഴയത്ത് കാറ്റിലാടുന്ന

തോണിയിൽ നനഞ്ഞ് കുതിർന്ന ആടുകൾ. തൊപ്പിക്കുട ചൂടി ആരൊക്കെയോ ഇരിക്കുന്നു. കള്ളിത്തുണി മടക്കിക്കുത്തിയ അരപ്പട്ടക്കെട്ടിയ വല്യ ഒരാൾ തോണി തുഴയുന്നു. അടുത്തേക്ക് വന്നുകൊണ്ടിരിക്കുന്ന തോണിയിലെ ആൾക്കാരെ കാണാൻ ഞങ്ങൾ തിക്കും തിരക്കും കൂട്ടി. തോണി കുത്തിയ ആൾ തോണി കരയ്ക്കടുപ്പിച്ച് ചാടിയിറങ്ങി തോണി വലിച്ച് പാലമരത്തിൽ കെട്ടി. വെള്ളത്തിൽ നിന്ന് എല്ലാവരേയും നോക്കി ചിരിച്ചു. ആൾക്കൂട്ടത്തിൽ ആരെയോ തിരഞ്ഞു. പേടിച്ചരണ്ട നാല് കുട്ടികൾ. പിന്നെ വീർത്ത പള്ളയുള്ള ആടിന്റെ മുഖമുള്ള ഒരു ഉമ്മ. നനഞ്ഞ ആടുകൾ. ചാക്കിലാക്കിയ കോഴികൾ എല്ലാവരും തോണിയിൽ നിന്നിറങ്ങി. നനഞ്ഞ ആടുകൾ പരുത്ത ഒച്ചയിൽ കരഞ്ഞു.

"ആരാ?"

അരപ്പട്ടയിലെ തിളങ്ങുന്ന കത്തി കണ്ടപ്പോൾ ആരും ഉറക്കെ ചോദിച്ചില്ല.

"ന്നെ മനസിലായില്ലേ ഇങ്ങക്ക്......?"

വെറ്റിലക്കറ പിടിച്ച പല്ല് കാട്ടി അയാൾ ഉറക്കെചിരിച്ചു. ചായമക്കാനി നടത്ത്ണ എത്തീൻ കുട്ട്യാക്കാക്ക് ആളെ തിരിഞ്ഞു.

"കോയിമെരു."

"ഇങ്ങക്ക് ന്നെ തിരിഞ്ഞ്ലേ?" ആ വല്യ മനുഷ്യന്റെ കണ്ണ് നിറഞ്ഞു. "ഇങ്ങക്ക് ന്നെ തിരിഞ്ഞ്ലേ....." അയാൾ എന്തീന് കുട്ടികാക്കാന്റെ കൈകൾ കൂട്ടിപിടിച്ചു?

"ഇജ് എവ്ടേയ്രുന്നു ഇത്ര്യംകാലം?"

"വായക്കാടന്ന് ഒരു പെണ്ണ് കെട്ടി അവ്ടെ അങ്ങനെ കൂടി ഇപ്പം ആ പറമ്പും പൊരേം വെള്ളത്തിനടിയിലായ്. മാത്തറും അല്ല അവ്ടെത്തെ മരമില്ലും പൂട്ടി. ഇഞ്ഞി കൂപ്പില് പണിക്ക് പോണം. അയിന് അവ്ടെ നിന്നാല് പറ്റൂലാ. പിന്നെ ജനിച്ച നാട് വിട്ട് എവിടെ പോയാലും മനസിന് ഒരു സൊകോംണ്ടാവൂലാ."

നനഞ്ഞ ആട് കരഞ്ഞു. പിന്നേയും മഴ ചാറിത്തുടങ്ങി. കാറ്റ് ചുഴലിയായ്. കൊങ്ങൻവെള്ളത്തിന്റെ മീതെ കൂടെ പാഞ്ഞ് വന്ന് ഞങ്ങളേയും കടന്ന് തെക്കോട്ട് പോയി. കോയിമെര്യാക്ക വീണ്ടും ആരെയോ തെരഞ്ഞു.

"ഓട്ത്തൂ അച്യുതൻ?"

കോയിമെര്യാക്ക ഉറക്കെ ചോദിച്ചു.

"ഓന് കണ്ണൂര് ജയിലിലാ......"

"ഓന് ആരെ വെട്ടി?"

ഇടി മുഴങ്ങുംപോലെ കോയിമെര്യാക്ക ചോദിച്ചു. ആരും ഒന്നും മിണ്ടീല. അരപ്പട്ടയിലെ തിളങ്ങുന്ന കത്തിപ്പിടിയിൽ കോയിമെര്യാക്കാന്റെ കൈ ചെന്നു.

"ഇനക്ക് ഇപ്പം അറിയണം ന്റെ അച്യുതൻ ആരെ കൊന്നു?"

എന്തീൻ കുട്ടിക്കാക്കാനെ പിടിച്ച് നാല് കുലുക്ക്. “കുൽസു.... ആയിസാ, ബസീറേ റസീദേ നടക്ക്.”

ചാക്ക്കെട്ടുകൾ തലയിൽവെച്ച് കോയിമെര്യാക്ക ഭൂമി കുലുക്കി ക്കൊണ്ട് മുന്നിൽ നടന്നു. ആടിനെ കയറിട്ട് പിടിച്ച് കുട്ടികൾ പിറകെ. ആടിന്റെ മുഖമുള്ള കുഞ്ഞിപ്പാത്തുമ്മ കോഴികളെ നിറച്ച ചാക്കും കൈപി ടിച്ച് പള്ളേം വലിച്ച് നടന്നു. അതിനും പിറകിൽ ഞങ്ങളും. മഴയത്ത് നടന്ന് നടന്ന് അച്യുതേട്ടന്റെ കുടീലെത്തി നിന്നു.

“അച്ചുതാ”

ഇടിവെട്ടുംപോലെ കോയിമെര്യാക്ക വിളിച്ചു.

വെളുത്ത റൗക്കയിട്ട് മുടി നെറുകയിൽ കെട്ടിവെച്ച അമ്മാളു ഏടത്തി പുറത്തിറങ്ങി നിന്നു. അച്യുതേട്ടൻ പറഞ്ഞുകൊടുത്ത ഓർമയിൽനിന്നും കൈപറ്റിയ കളിക്കൂട്ടുകാരനെ കണ്ടത് കൊണ്ടാവാം അമ്മാളു ഏട്ടത്തി പൊട്ടിക്കരഞ്ഞു.

“അമ്മാളുലേ”

അമ്മാളു ഏടത്തി തലയാട്ടി.

“അനക്ക്ന്നെ തിരിയൂലാ പക്കെങ്കില് ഇന്ക് അന്നെ തിരിയും.” അമ്മാളു ഏടത്തി തല താഴ്ത്തി നിന്നു.

“എന്തിനാ ന്റെ അച്യുതനെ പോലീസ് കൊണ്ടോയത്?”

അമ്മാളു ഏടത്തി കരഞ്ഞു. ഒറക്കെ മഴയുടെ ഒച്ചയെക്കാളും വലിയ ഒച്ചയിൽ. അച്യുതേട്ടന്റെ വീട്ട് മുറ്റത്ത് കൂടിയവരൊക്കെ നനഞ്ഞ് കുളിച്ചു. എന്നിട്ടും ആരും ഒന്നും മിണ്ടുന്നില്ല. ഞാൻ മുന്നോട്ട് ചെന്നു.

“അച്യുതേട്ടനെ തെരഞ്ഞൊരു പോലീസുകാരൻ വന്നീനി. അച്യു തേട്ടനെ കിട്ടാതെ അയാള് മടങ്ങിപ്പോയ്. ആ പോലീസുകാരൻ അന്ന് രാത്രി വീണ്ടും വന്നു. പള്ളനെറച്ചും കള്ളും കുടിച്ച് ന്നട്ട് അമ്മാളു എട്ട ത്തീനെ കേറിപിടിച്ച്. അയാളുടെ ഊരക്കാ അച്യുതേട്ടൻ കുത്തിയത്. അമ്മാളു ഏടത്തീന്റെ മേത്ത് കെടന്നാ അയാള് മരിച്ചത്.”

അമ്മാളു ഏടത്തി അകത്തേക്ക് ഓടിപ്പോയി. എന്തോ പറയാൻ പാടി ല്ലാത്തത് പറഞ്ഞത് പോലെ എല്ലാവരും എന്നെ നോക്കി. കോയിമെര്യാ ക്കന്നെ കുത്ത്ണ്ണ്ടെങ്കില് കുത്തട്ടെ. ഞാനുറപ്പിച്ചു. ആ ഉയരം കൂടിയ മനുഷ്യൻ ന്റെ അടുത്തേക്ക് നീങ്ങി നിന്നു.

“ഇജ് ഏതാ കുട്ട്യേ?”

“ഞാന് അബൂന്റെ മോളാ.” അയാൾക്ക് തിരിയാൻവേണ്ടി ഞാനു റക്കെ പറഞ്ഞു.

“ഈയെമ്മസബൂന്റെ മോളാ”

ഞാൻ തിരിഞ്ഞ് നോക്കുമ്പോൾ ബാപ്പ നിൽക്കണുണ്ട്. നനഞ്ഞൊ ട്ടിയ ഞാൻ ബാപ്പയെ നോക്കി. മഴയും കാറ്റും ആഞ്ഞ് വീശി. ഞങ്ങൾ കമ്പോണ്ടരുടെ മുറ്റത്തൂടെ ചാളക്കലൂടെ പൊരയിലെത്തി.

“ഉമ്മാ ഞമ്മളെ കോയിമെരുവന്ന്ക്കണ്.”

ഉമ്മാമ വടിയും കുത്തി കോലായ്മലേക്ക് വന്നു. എന്നെ കണ്ടതും വടി ഉയർത്തി. ഞാൻ തെണ്ടിപ്പെറ്ക്കി നടക്കാത്രെ!

ഉമ്മാമാന്റെ കുട്ടിക്കാലത്ത് ഉമ്മാമ തെണ്ടിപ്പെറ്ക്കി നടന്നിട്ടില്ലേ?

ഉമ്മാക്കും ഈറ പിടിച്ചിട്ട്ണ്ട്.

"ഓളൊരു പെങ്കുട്ട്യാ. നേരം വെളുത്തപ്പം എറങ്ങീതല്ലേ ഓള്."

"കുട്ട്യോളല്ലേ സാരല്യാ മറിയംച്ചീ" ബാപ്പ എന്റെ ഭാഗത്ത് നിന്നു. ഉമ്മ അടങ്ങ്ണില്ല. ബാപ്പയും ഉമ്മായും ന്റെ ഭാഗത്ത് നിന്നപ്പോൾ ഉമ്മമ ഒറ്റപ്പെട്ടു. അങ്ങനെ വേണം. 'മൂരാച്ചികളെ ഒറ്റപ്പെടുത്തണം' വായനശാലേലെ മീറ്റിംഗില് ബാപ്പ പറഞ്ഞതാ അത്.

5

എക്സ്കർഷൻ

സ്കൂളിൽനിന്ന് എക്സ്കർഷൻ പോണുണ്ട്. എത്ര പറയാൻ ശ്രമിച്ചിട്ടും ആയിശാക്കുട്ടിക്ക് ആ വാക്ക് പറയാൻ കിട്ടിയില്ല. കുട്ടനാണെങ്കിൽ എപ്പളും ഒരേ നിൽപ്പ്. സൽമ ഒരുവിധം അത് പറയാൻ പഠിച്ചു. ഞാനും കല്യാണീം അത് ശരിക്ക് പറഞ്ഞു.

അന്ന് അതിരാവിലെ ഞങ്ങളെഴുന്നേറ്റു. തോട്ടോള്യാക്കാന്റെ പറമ്പിൽക്ക് നടന്നു. നിരനിരയായ് കുന്തിച്ചിരുന്ന് വർത്തമാനം പറഞ്ഞു. ഞങ്ങളുടെ മണങ്ങൾ പരസ്പരം ഞങ്ങളറിഞ്ഞില്ല. എല്ലാറ്റിനും വെന്ത ഉപ്പുമാവിന്റെയും വാഴക്കായുടേയും ചക്കക്കുരുവിന്റേയും മണം. തോട്ടിലിറങ്ങി കഴുകി. കിളികൾ പാടത്തിന് മേലെ കൂട്ടമായ് പറന്നു. പാടം മഞ്ഞ് മൂടിക്കിടക്കുന്നു.

"പോവാം."

കുട്ടൻ പാടവരമ്പത്തേക്ക് ചാടിക്കയറി. കാലിൽ മഞ്ഞ് പുരണ്ടു. മഞ്ഞിൻ തണുപ്പും ചേറിൻ കുഴമ്പും കാലിൽ പറ്റി. സ്കൂളിലെത്തിയപ്പോൾ നാല് എയിലെ ലീഡർ ഞങ്ങളെ കണ്ട് പേടിച്ചു. കാരണം ഞങ്ങൾ എക്സ്കർഷൻ പോവാൻ പേര് കൊടുത്തിരുന്നില്ല. ബസ്സിലിരിക്കുന്ന കുട്ടികൾ ഞങ്ങളെ കളിയാക്കി ചിരിച്ചു. കാക്കകളിരിക്കുന്ന മാഞ്ചുവട്ടിൽ ഞങ്ങൾ നിന്നു. കുട്ടൻ നഖം കടിച്ചു. സൽമ കരയാനായത് പോലെ. ആയിശക്കുട്ടിക്ക് എപ്പളും തണുക്കണത് പോലെ രണ്ട് കൈകളും കൂട്ടി ചങ്കിൽവെക്കും. ഞാനും കല്യാണീം ഒരേ നിൽപ്പ് നിന്നു.

പുന്നെല്ല് ചോറുകാരൻ ജബ്ബാർ മാഷ് ഞങ്ങളുടെ അടുത്തേക്ക് വന്നു. കഷണ്ടിയൊന്ന് മിന്നി.

"എന്തേയ് പോന്നു? സ്കൂളിലൊന്നും ഈ നേരത്തെ എത്താറില്ലല്ലോ?"

"എക്സ്കർഷൻ പോവണത് കാണാൻ വന്നതാ." ഞാൻ ധൈര്യത്തോടെ പറഞ്ഞു. ആരുടെ മുന്നിലും തലകുനിക്കരുതെന്ന് ബാപ്പ പറഞ്ഞിട്ടുണ്ട്.

"ഓ" അയാൾ വടി ചുഴറ്റി കടന്നുപോയ്.

"ഓ" ഞങ്ങളും അങ്ങിനെ പറഞ്ഞു.

ബസിന്റെ വാതിലടച്ചു. ബസ് വല്യ ഒച്ചയിൽ കരഞ്ഞു. കറുത്ത പുക പുറത്തേക്ക് ഗുംഗുംഗും എന്ന് വിട്ടു. ഞങ്ങളഞ്ചാളും ആ പുകക്കുള്ളിലായ്. ബസ് ചാഞ്ഞും ചരിഞ്ഞുംപോയ്. ഞങ്ങളതിന്റെ പിന്നാലെ പോസ്റ്റാഫീസ്വരെ ഓടി. ബസിന്റെ പിന്നാമ്പുറം നോക്കി കൂകി. കുട്ടൻ രാമേട്ടനെപോലെ 'നായിന്റെ മക്കളേന്ന്' വിളിച്ചു. ഞങ്ങൾ ചിരിച്ച് ചിരിച്ച് മണ്ണ് കപ്പി.

"ഞമ്മക്കേയ് അമ്പലത്തിന്റെ അയ്ക്കൂടെ പോവാം."

"എന്താ ഗൊണം?"

"അവിടെ കാര്യോണ്ട് വരച്ച ബഗോതിണ്ട്."

ഞങ്ങള് തിരിച്ച് പോരുമ്പം പുളിക്കക്കാര്ടെ പറമ്പിൽനിന്ന് ഓർക്കാപുളി പെറുക്കി. ഓർക്കാപുളിക്കൊരു പുളിക്കൊറവ്. പല്ല് തേക്കാഞ്ഞിട്ടാവോ?

അമ്പലത്തിന്റെ അവ്ടെ എത്തീപ്പം വെയില് ശരിക്കും പരന്നു. ചെറിയകാറ്റത്ത് ഇലകളിളകുന്നു. നേരിയതിനുള്ളിലൂടെ കോണകം കാണുന്ന നമ്പൂരി ഒരു ഇലയിൽ എന്തോ കൊണ്ടോവുന്നു. അയാൾ പുഴവക്കത്തൂടെ ഇറങ്ങി പോകുവോളം ഞങ്ങൾ കാഞ്ഞിരക്കുരു പെറുക്കി നടന്നു.

"പോയോ?"

"ന്നാ വരീ." കുട്ടൻ മുന്നിൽ നടന്നു.

"കാര്യോണ്ട് വരച്ച ബഗേതി ഇതാ" കല്യാണി പറഞ്ഞു. "ഓളെ കാണാൻ ഒര് ചെറ്ക്കുംല്ല." ചങ്കിൽനിന്ന് കൈകളെടുക്കാതെ ആയിശക്കുട്ടി പറഞ്ഞു.

സൽമക്കും ബഗവതീനെ പറ്റീട്ടില്ല.

അവ്ടെ ഒരു പലകമേൽ കരി കൊണ്ടെഴുതിയത് ഞങ്ങൾ കഷ്ടപ്പെട്ട് വായിച്ചെടുത്തു.

"അഹിന്ദുക്കൾക്ക് പ്രവേശനമില്ല."

"അഹിന്ദുക്കൾക്ക് പ്രവേശനമില്ല."

"ഞമ്മക്കു ബോഡ് മായ്ച്ചാലോ?" കുട്ടൻ ഞങ്ങളെ നോക്കി. ഞങ്ങൾക്ക് നല്ല രസം തോന്നി. സൽമ അപ്പയില കൊണ്ടുവന്നു. ആയിശക്കുട്ടി ഇല കല്ല് കൊണ്ട് കുത്തി. കുട്ടൻ കുമ്പിട്ട്നിന്ന് മൂക്ക് മേൽപ്പോട്ട് വലിച്ച് മായ്ക്കാൻ തുടങ്ങി. ഞാനും കല്യാണീം ആരെങ്കിലും വര്ണ്ണ്ടോന്ന് നോക്കി. ഒന്നാമത്തെ അക്ഷരം മായ്ചപ്പള്ക്കും താഴെ കണ്ടത്തിലൂടെ ആരോ കയറി വരുന്നു. ചപ്പിലകളിൽ ഒച്ചയുണ്ടാക്കി ഞങ്ങളോടി. തിരിഞ്ഞ് നോക്കിയില്ല. ഓടി ഓടി പൊഴേൽ ചെന്ന് ചാടി.

നീന്തി നീന്തി മുങ്ങാം കുഴിയിട്ടും പതച്ചും ചിരിച്ചും കുളിച്ചു.

"ഉമ്മറാക്കാ..... കൂയ്..... ഉമ്മറാക്കാ."

ഞങ്ങൾ കൂവി വിളിച്ചു. കടത്ത് തോണി കുത്തുമ്പോൾ ഉമ്മറാക്ക തിരിച്ച് കൂവി. സൂര്യൻ തലയ്ക്ക് മുകളിൽ. വയറിനുള്ളിൽ പയ്പ്പ്. കുടിലിൽ ചെന്നാൽ കിട്ടാൻ പോണ അടിയുടെ ഓർമ മനസിൽ.

കരയ്ക്ക് കയറി പാവാട പിഴിഞ്ഞു. വെള്ളം ഉറ്റിറ്റുവീഴുന്ന വഴികളിലൂടെ നടന്നപ്പം കല്യാണി എന്നോട് ചോദിച്ചു.

"ബഗവതീന്റെ അവ്ടത്തെ ബോഡ്മല് എഴ്തീത് ഇപ്പം എന്താ വായിക്ക്യാ?"

"ബലാലേ അതെന്ന്യാ ഞാനും ആലോയ്ക്കണത്."

6

സൽമേന്റെ ഉമ്മ

ഉന്നക്കായ പൊട്ടി ഉന്നം നാനാദിക്കിൽക്കും പാറ്ണ കാലത്താ സൽമേന്റെ ഉമ്മ വന്നത്. സൽമേന്റെ ഉമ്മാക്ക് പിരാന്താ. സൽമേന്റെ ബാപ്പ മരിച്ചപ്പം തൊടങ്ങീതാ പിരാന്ത്ന്നാ ഉമ്മാമ പറഞ്ഞത്.

“പിരാന്ത് ബരാൻ ബല്യകാലൊന്നും വേണ്ട. അതാരിക്കും എപ്പം ബേണേലും ബരാം.”

സൽമേന്റെ ഉമ്മാന്റെ പിന്നാലെ കൊറേ ചെക്കൻമാര് കൂടീണ്ട്. മൂപ്പത്തി തിരിഞ്ഞ് നിക്കുമ്പം എല്ലാരും ഓടും. ഒടുവിൽ ബാപ്പയാണ് ആ ഇബ്ലീസ് മക്കളെ മണ്ടിച്ചത്.

ബാപ്പ സൽമേന്റെ ഉമ്മാന്റെ കണ്ണിൽക്ക് നോക്കി, ചോദിച്ചു. “ഇജ് ഈ കാലും എവ്ടേയ്രുന്നു” താച്ചുട്ട്യേ?

“ഞാന് ഇബ്ടെ തന്നെണ്ടെയ്ര്ന്നു.”

മുകളിലത്തെ വരിയിലെ ഒരു പല്ല് അടർന്നിട്ടുണ്ട് സൽമയുടെ ഉമ്മയുടെ.

“ഞാനേയ് പടച്ചോനെ കാണാതെ ഒളിച്ച് കുത്തിരിക്ക്യേര്ന്നു. ഞാൻ ഇബ്ടെ തന്നെണ്ടെയ്ര്ന്നു...... ഞാനേയ്.”

പെണ്ണ്ങ്ങളൊക്കെ പിറുപിറുത്തു.

“പടച്ചോനെ ഓക്ക് പള്ളേല്ണ്ട്ന്നാ തോന്ന്ണത്.”

കപ്പലില് പോയ് വിജ്ജു ചെയ്ത പോത്താഞ്ചേരീലെ വിജുമ്മ പറഞ്ഞു. പോത്താഞ്ചേരീലെ പണിക്കാരത്തികുട്ട്യാ ഇപ്പം സൽമ.

“ഓക്ക് പള്ളേല്ണ്ട്ന്ന് പറയ്ണത് നേരെന്ന്യാ.” കൈസാത്ത നെഞ്ചത്ത് കൈവെച്ചു നിലവിളിച്ചു.

“തന്നെ.... തന്നെ” മുഴുവൻ പെണ്ണ്ങ്ങളും അത് ശരിവെച്ചു. “താച്ചുട്ട്യേയ് അനക്ക് പള്ളേല്ണ്ടോ?”

ഉമ്മാന്റെ കൂടെ ഓത്തുപള്ളീല് ചൊല്ലിപ്പഠിച്ച കൂട്ടുകാരിയോട് ഉമ്മ ചോദിച്ചു. കറുത്ത് പോയ പെങ്കുപ്പായം പൊന്തിച്ചപ്പം ചട്ടീന്റെ മൂട് പോലത്തെ പള്ള വീർത്ത്ക്ക്ണ്.

“യാബദ്‌രീങ്ങളെ” കൂട്ടനിലവിളി.

“പിരാന്ത്ള്ളേയ്നീം വെറുതെ വിടൂലാ നായ്ക്കള്...... ത്ഫൂ”

കൈസാത്ത നീട്ടിത്തുപ്പി.

താച്ചുട്ടീനെ എല്ലാവരും കൂടെ പൊഴേൽക്ക് കൊണ്ടുപോയി. പൊഴേൽക്ക് ഇറക്കി. പനാമ സാബൂൻ തേച്ച് പതപ്പിച്ചു. പൊഴ കണ്ടപ്പം താച്ചുട്ടി കരഞ്ഞു. ഓർമയുടെ ഏതോ അറയിലൂടെ പൊഴ ഒഴ്ക്ണുണ്ടാവോ?

കല്യാണപ്പെണ്ണിനെയെന്നപോലെ ചകിരിതുപ്പെടുത്ത് പെണ്ണ്ങ്ങൾ മാറി മാറി ഒരച്ചു. ഞാൻ തിരിഞ്ഞ് നോക്കുമ്പം ഇലയില്ലാത്ത പൂളമര ച്ചോട്ടിൽ സൽമ നിൽക്കുന്നു. ചോന്ന പൂക്കൾ ലക്കും ലഗാനുമില്ലാതെ കൊഴിഞ്ഞതിന് നടുവിൽ.

ഉമ്മാന്റെ ഒരു ലുങ്കിത്തുണിയും സൈനാത്താന്റെ ഒരു ജഴ്സിക്കുപ്പായവും ഇട്ട് മുടീമല് കൊറച്ച് വെളിച്ചെണ്ണയും പുരട്ടി കൊടുത്തപ്പം താച്ചുട്ടി മൊഞ്ചത്തി ആയി. സൽമ ഉമ്മയുടെ കൈപിടിച്ചു. ചെറിയ കുട്ടിയെ എന്നപോലെ പൊരയിലേക്ക് നടത്തിച്ചു.

കൊലത്തി കൊറച്ച് കുറിയരി സൽമാക്ക് കൊടുത്തു. പണ്ട് ചാണകം തേച്ച് മിനുസപ്പെടുത്തിയിരുന്ന ഒറ്റമുറിപ്പുര ഇപ്പോൾ കുണ്ടും കുഴിയും നിറഞ്ഞിരിക്കുന്നു. താഴെ ഉറുമ്പും മുകളിൽ ചിതലും. സൽമ കഞ്ഞിക്കലം അടുപ്പത്ത്വെച്ചു. ഊതി ഊതി കത്തിക്കുമ്പം അവൾ വേദനയോടെ ഉമ്മയെ നോക്കി.

“നബീസത്ത്മാല കള്ളൻ കട്ട്പോയ്
അള്ളാതരും മോളെ നബീസത്ത് മാല.”

സൽമാന്റെ ഉമ്മ പാടിക്കൊണ്ടിരുന്നു. കഞ്ഞിവേവുവോളം. വെന്ത കഞ്ഞി മണ്ടത്തിൽ പാർന്ന് അവൾ ആറാൻ വെച്ചു. പിലാവില കൈലോണ്ട് കഞ്ഞികോരി കുടിച്ച് അത് മുറ്റത്തേക്ക് വലിച്ചെറിഞ്ഞ് മണ്ടത്തിൽനിന്നും വെള്ളം തെക്കിക്കുടിച്ച് പിന്നെ കൈയ്യിട്ട് വറ്റ് വാരി തിന്ന് താച്ചുട്ടി കഞ്ഞി കുടിച്ച സ്ഥലത്ത് തന്നെ കിടന്നുറങ്ങി. കൂർക്കം വലിച്ചു. ഉറക്കത്തിൽ ചിരിച്ചു കരഞ്ഞു.

സൽമയും ഞാനും പോത്താഞ്ചേരിയിലേക്ക് നടന്നു. സൽമയെ കാത്ത് പോത്താഞ്ചേരിയിൽ പാതം നിറഞ്ഞിരുന്നു. വെണ്ണീറിട്ട് പാതം തേച്ചുരച്ച് കഴുകി അവൾ അകത്തേക്ക് കേറി പോവുവോളം ഞാനവിടെ തന്നെ കുത്തിയിരുന്നു. പിന്നെ അവൾ പയ്യിന്ന് വെള്ളം കാട്ടാൻ ഓടുമ്പം അവളെന്നെ നോക്കി. നെല്ല് ചിക്കിയത് കോഴി തിന്നതിന് ഹജ്ജമ്മ അവളെ പ്രാകി. ആസ്യാത്ത എത്ര പറഞ്ഞിട്ടും ഹജ്ജമ്മാന്റെ ഊറ അടങ്ങീല.

ഞാനവിടന്ന് പുറത്തിറങ്ങി. ആളോട്ടിപാറമേൽക്ക് കയറി നിന്നു. ആളോട്ടി പാറമേൽന്ന് നോക്കിയാൽ നീണ്ട് പരന്നപാടം കാണാം. വായനശാല കാണാം. അങ്ങാടിയുടെ ചെറിയ കോണ് കാണാം. പിന്നെ പാവമായി ഒഴുകുന്ന പൊഴ കാണാം.

പത്രം വായിക്ക്ണോര്ടെ തിരക്കാണ് വായനശാലേല്. ബാപ്പ അവിടെ കുത്തിര്ന്ന് ബീഡി തെരക്ക്ണുണ്ട്. ദൂരെ നിന്നൊരു പാട്ട്. കാറ്റിൽ ഒഴുകി വന്നു. ചായക്കല്യാണത്തിന്റേതാവാം.

".......നൂറ്റാണ്ടുകളുടെ ചരിത്രമെഴുതിയ ഹൃദയങ്ങൾ" പിന്നെ പിന്നെ ആ പാട്ടീന്ന് വേഗം കൂടി. ബാപ്പാന്റെ ബീഡി തെരപ്പിനും. പാട്ടിന്റെ വരികളെ കാറ്റെടുത്തു. ഞാനസ്തമയംകണ്ട് ആളോട്ടിപാറമേൽ നിന്നു. പണി കഴിഞ്ഞ് വരുന്ന ആണും പെണ്ണും. മഴക്കാറ് നിറഞ്ഞ ആകാശചെരിവിലേക്ക് പേരറിയാത്ത കിളികൾ പറന്നു. നാളെ ഈ കിളികൾ മടങ്ങി വരുമോ? എനിക്ക് കരച്ചിൽ വന്നു.

7

പൊലാടിച്ചി

"**പൊ**ലാടിച്ചീ...... പൊലാടിച്ചീ....... പൊലാടിച്ചീ"

ഉമ്മയും താന്നിക്കാടിച്ചിന്റെ അവ്ടെള്ളോരും രാവിലെതന്നെ ഒച്ചേം വിളീം തൊടങ്ങീട്ട്ണ്ട്. താന്നിക്കാടിച്ചി കൈസാത്തയാണ് എപ്പളും ജയിക്ക്യാ. ബാപ്പ നിസ്കരിക്ക്ണില്ലാന്നും നോമ്പെടുക്ക്ണില്ലാന്നും ഒക്കെ വിളിച്ച് പറയും. കൈസാത്താന്റെ മോള് പൊലാടിച്ച്യാന്ന് ഉമ്മയും പറയും. അവസാനം ഉമ്മാമ ഉമ്മയെ പിടിച്ച് അകത്ത് കൊണ്ടോയാക്കും. ഉമ്മ ഇടയ്ക്കിടക്ക് പുറത്തേക്ക് പാഞ്ഞ് വന്ന് പൊലാടിച്ചീന്ന് അലറിവിളിക്കും.

തൊടിയിലും പറമ്പിലും വേലിപ്പടർപ്പിലും തലകൾ നിരന്ന് തുടങ്ങും. കൈസാത്ത തുണി പൊന്തിച്ച് പിന്നാമ്പുറം കാട്ടും. വെളുത്തചന്തിമല് പപ്പട വട്ടത്തില് രണ്ട് കറുത്ത തഴമ്പ്. അതോട് കൂടി അന്നത്തേത് സമാപിക്കും.

ഇടവഴിയിലൂടെ കുണ്ടായിന്റെ മുറ്റത്തൂടെ വല്യപാറ കേറിയിറങ്ങിയാണ് അന്ന് ഞാൻ പുഴയിലെത്തിയത്. ഞാൻ വെറുതെ പൂളമരച്ചോട്ടിൽ കുത്തിയിരുന്നു. പിന്നിൽനിന്നൊരു വളകിലുക്കം.

സൈനബ.

ഉമ്മ പൊലാടിച്ചീന്ന് നീട്ടി വിളിക്ക്ണ സൈനബ. സൈനബാന്റെ പൊരേൽക്ക് തലമൂടെ മുണ്ടിട്ട് ആണുങ്ങള് പോണത് ഞാനും കണ്ടിരുന്നു. എന്നെ കണ്ടിട്ടും കാണാത്ത മട്ടിൽ ചന്തികുലുക്കി പുഴയിലേക്കിറങ്ങിയതും അവൾ 'ബ്ലും' എന്ന് വീണതും ഒരേ സമയത്ത്. ഞാനുറക്കെ ചിരിച്ചു. അവളുടെ കയ്യിലെ കറുത്ത കല്ലുസോപ്പ് ഉരുണ്ട് ഉരുണ്ട് പുഴയിലേക്കൂളിയിട്ടു. നല്ല മണമുള്ള ആ സോപ്പിനുള്ളിലൂടെ സൂര്യനെപോലും കാണാമായിരുന്നു.

സൈനബ കുപ്പായം കഴിച്ച് മൊലക്കാച്ചി കെട്ടി. അവളുടെ കഴുത്തിൽ നിറച്ചും പല്ലു വാച്ചുകൾ. ഓളെ ആരേ കടിച്ചു ആവോ? ഞാന

വളെ നോക്കാതെ പിന്നേയും പൊഴ നോക്കിയിരുന്നു. കൂട്ടമായി നീന്തി വരുന്ന പരൽമീനുകളെ കണ്ടു.

താഴെ നാറ്റട്ടിയിലൂടെ ചെവീന്ന് ഒലിക്ക്ണ കോങ്കണ്ണുള്ള കുട്ട്യോളംകൊണ്ട് അമ്മാളു ഏടത്തി വന്നു. ആടിന്റെ മുഖമുള്ള കുഞ്ഞിപ്പാത്തൂന്റെ പള്ള ലുങ്കിത്തുണീം കഴിഞ്ഞ് പൊന്തീട്ട്ണ്ട്.

"ന്തേയ് ഉമ്മക്കുട്ട്യേ ഇന്ന് ഉസ്ക്കൂളില്ലേ?"

ഇല്ലെന്ന് ഞാൻ തോളുകുലുക്കി.

"കോയിമെര്യാക്ക ഓട്ത്തു."

"മൂപ്പര് കണ്ണൂര്ക്ക് പോയിക്കാണ്."

അത് പറഞ്ഞ് കഴിഞ്ഞപ്പള്ക്കും കോങ്കണ്ണുള്ള നാലാളും പൊഴേൽക്ക് ചാടി. കുഞ്ഞിപ്പാത്തു ആടിനെപോലെ ഒച്ചയുണ്ടാക്കി. അമ്മാളുഏടത്തി അവര്ടെ പിറകെ ചാടി. നീന്തി അവരെ പിടിച്ചു. വെള്ളം കൊറച്ച് കുടിച്ച കുട്ടികൾ കരയിലിരുന്നു. കുഞ്ഞിപ്പാത്തു അവര്ടെ പൊറം നോക്കി നാലടിച്ചു. അമ്മാളു ഏടത്തി സായിക്കാരം പിടിച്ചു.

സൈനബ അപ്പോഴും പുഴയിലിരിക്കായിരുന്നു. വെള്ളത്തിലിരുന്ന് അവള് സൂര്യനെ നോക്കുന്നു. അവള് കരയ്യാണ്ന്ന് തോന്ന്ണത്. പണ്ടെന്നോ അവളെ കെട്ടി നാട്വിട്ട് പോയ ഇസ്മായില്ക്കാനെ ഓർത്താണാവോ അവള് കരയ്ണ്ണ്ടാവാ?

സൽമ ഒരുകെട്ട് തുണിയുമായ് അലക്കാൻ വന്നു. പോത്താഞ്ചേരിക്കാർടെ തുണികളൊക്കെ നല്ല നെറംണ്ടാവും. തുന്നൽ പാടുകളുണ്ടാവില്ല.

"സൈനബാ...... സൈനബാ......"

കൈസാത്ത സൈനബാനെ വിളിച്ചു. കരഞ്ഞ് കരഞ്ഞ് കണ്ണ് ചോന്ന സൈനബ ഉമ്മാനെ നോക്കി. അറക്കാൻ പിടിച്ച കോഴീനെപോലെ. കൈസാത്ത കൈകൊണ്ട് എന്തോ ആംഗ്യം കാട്ടി. സൈനബ നനഞ്ഞ മൊലക്കാച്ചീന്റെ മോളിൽ കൂടെ ഉണങ്ങിയ ലുങ്കി പൊതച്ച് ഉമ്മയുടെ പിന്നാലെ നടന്നു. തല താഴ്ത്തി പൂളമരച്ചോട്ടിലൂടെ സാവധാനം നടന്നു. ഈറൻ തുണിയിൽനിന്നും വെള്ളം ഇറ്റിറ്റു വീണു. ഇടവഴിയിൽ നീളത്തിൽ മണൽപ്പരപ്പിൽ അത് ചിത്രം വരച്ചു.

സൽമ കുത്തിക്കുത്തി തിരുമ്പി. "ഉമ്മ ഓട്ത്തു?"

"കുടീല്ണ്ട്."

"പിരാന്ത് മാറ്യോ?"

"പിരാന്ത് കൂടി."

അവൾ തുണി ദേഷ്യത്തോടെ കല്ലിലടിച്ചു. കപ്പലിൽപോയി ഹജ്ജ് ചെയ്ത ഹജ്ജുമ്മാന്റെ സൂരിത്തുണി. നീലംമുക്കിയ നീലയിലേക്ക് സൂര്യൻ വെളിച്ചം കുടഞ്ഞിട്ടു.

8

മീറ്റിങ്

ബാപ്പയും കമ്പോണ്ടരും വെല്യേട്ടനും ദാമോദരേട്ടനും രാവിലെ തന്നെ എന്തോ കുശുകുശുക്കുന്നു. മഴ മാറി. ആകാശത്ത് തണുപ്പുണ്ട്. സൂര്യന്റെ മുഖം കാർമേഘങ്ങൾക്കുള്ളിലാണ്. ഉമ്മ അരിവറുക്കുന്നു. അരി വറുത്തതിന്റെ മണം കോലായ്മല് വന്നെത്തി നിൽക്കുന്നു. ഏതോ ഒരു മീറ്റിംഗിനെ പറ്റിയാണ് കുശുകുശുപ്പ്.

ഉമ്മാമ വടിയും കുത്തിവന്നു.

"കമ്പോണ്ടരേ ന്റെ പെൻസൻ കിട്ടൂലേ?"

"പെൻഷനും തടഞ്ഞ് വെച്ചിരിക്ക്യാ"

"ഒക്കെ ശര്യാവും ഉമ്മാ ഉമ്മ പോയ് കെടന്നോ."

ഞാൻ ഉമ്മാമക്ക് വെറ്റിലയും അടയ്ക്കയും കുഞ്ഞുഉരലിലിട്ട് ഇടിച്ച് കൊടുത്തു. ഒറ്റപ്പല്ലും ഇല്ലാത്ത ഉമ്മാമാന്റെ തൊള്ള കാണാൻ ചേല്ണ്ട്. പല്ലൊക്കെ എവ്ടെ പോയീ ആവോ?

അരി വറുത്തത് അമ്മിമല് വെച്ച് പൊടിച്ച് ഉമ്മാമാക്ക് കൊടുത്തു. മധുരംല്ലാത്ത കട്ടൻചായ കുടിക്കുമ്പം പെൻഷൻ കായി കിട്ടിച്ചാല് ചായ മക്കാനീന്ന് രണ്ട് പാൽചായ മേടിച്ച് കുടിക്കായ്ര്ന്നൂന്ന് ഉമ്മാമ പറഞ്ഞു. ഒന്ന് ഉമ്മാമക്കും മറ്റൊന്ന് എനിക്കും.

ഇന്ന് സ്കൂളില്ല. അല്ലാച്ചാല് ഉപ്പുമാവെങ്കിലും കിട്ടോയ്രുന്നു. ഞാൻ അടുക്കള ഭാഗത്തൂടെ പൊറത്തിറങ്ങി. ചാളക്കലൂടെ കമ്പോണ്ടരുടെ അവ്ടെ കയറി. ചക്കക്കുരു തൊലികളയ്ണ കൊറ്റിക്കൂട്ടിന്റെ അടുത്തിരുന്നു.

"ന്തേയ് ഉമ്മക്കുട്ട്യേ?"

"ഒന്നുംല്ലാന്ന്.... മിഡ്വൈഫോട്ത്ത്.......?" ഞാനകത്തേക്ക് പാളി നോക്കി.

"മുപ്പത്ത്യാർക്ക് പൊഴേന്റെ അക്കരെ ഒരു പേറെട്ക്കാനുണ്ട്. കൊറേ കയ്യും വരാൻ. ഉമ്മക്കുട്ടി ചായ കുടിച്ചോ?"

"ങും"

"എന്താ കടി?"

"പത്തിരി" ഇത്ര വലിയ ഒരു നുണ പറയാൻ ഞാനെങ്ങിനെ പഠിച്ചു?

"പത്തിരിക്കെന്താ കൂട്ടാൻ?"

ഞാനത് കേൾക്കാത്തത് പോലെ ഉമ്മച്ച്യമ്മായീന്റെ അവ്ടക്ക് നടന്നുപോയ്. ആട്ടിൻകൂടിന്റെ അട്ത്ത് നിന്നും ആരെയോ പ്രാകുകയാണ് അമ്മായി. തല നരച്ച അമ്മായി കീറിയ ഒരു കാച്ചിത്തുണിയുടെ കഷ്ണം തലയിലിട്ടിട്ടുണ്ട്. എന്നെ കണ്ടപാടെ വിളിച്ചു.

"ന്നാ ഇങ്ങട് ബാ. ഇതിന്റെ കയറൊന്ന് പിടി." ഞാൻ തള്ളയാടിന്റെ കയറ് പിടിച്ച് നിന്നു. തള്ളയാട് കുടയുകയും ഓടാനൊരുങ്ങുകയും ചെയ്തു. ഞാൻ മുറുകെ പിടിച്ചു. എന്നിട്ടും അത് കുതറിയോടി. താഴെ കണ്ടത്തിലൂടെ കമ്പോണ്ടരുടെ അവ്ടത്തെ പടി കടന്ന് ചാളക്കലൂടെ നിമ്മിണിക്കാർടെ പാടത്തേക്ക് ചാടി. മഞ്ഞവെള്ളത്തിൽ ചിരിച്ച് നിൽക്കുന്ന ഞാറ്. ഉമ്മച്ച്യമ്മായിന്റെമോൻ ഹനീഫ കണ്ടത്തിലേക്കെടുത്ത് ചാടി ആടിന്റെ കയറ് പിടിച്ചു.

പാടവരമ്പത്തൂടെ കൊടിപിടിച്ച് വരുന്നൊരു ചെറിയ ജാഥ. ബാപ്പണ്ട് മുന്നിൽ. കൈ ഉയർത്തി എന്തോ പറയുന്നു.

എന്നെ ബാപ്പ കണ്ടതേയില്ല. എന്നിട്ടും ഞാൻ ബാപ്പയുടെ കൈ പിടിച്ചു. ജാഥയുടെ പിന്നാലെ ഞാനും നടന്നു. എല്ലാവരും പതുക്കെ വർത്തമാനം പറയുന്നു.

വായനശാലയുടെ അവ്ടെ ജാഥ നിന്നു. പെണ്ണ്ങ്ങളും കുട്ട്യോളും ആണ്ങ്ങളും വയസന്മാരും അവ്ടെ കൂടിനിന്നു. ബാപ്പ ആവേശത്തോടെ എന്തോ പറഞ്ഞു. അടിയന്തരാവസ്ഥ നാടിനാപത്താണ് എന്ന് പറഞ്ഞ് പ്രസംഗം അവസാനിപ്പിച്ചു.

വായനശാലയുടെ മുൻപിലൂടെ അവര് കോലോർന്ന് മലക്ക് പോയി. പത്രം വായിക്കുന്നവരുടെ തിരക്ക്. കുടുക്കില്ലാത്ത ട്രൗസർ ചാക്ക്നൂല്കൊണ്ട് കെട്ടി കുട്ടൻ എന്റെ കൂടെ നിന്നു. ഒരു പത്രത്തിൽ ഒരു പേജ് മുഴുവൻ ഒന്നും എഴുതാതെ ഒഴിച്ചിട്ടിട്ടുണ്ട്. ആ പത്രത്തിലേക്ക് ഞാനും കുട്ടനും പാളിനോക്കി.

'പത്രസ്വാതന്ത്ര്യം ഇല്ലാത്തതിനാൽ എഡിറ്റോറിയൽ ചേർത്തിട്ടില്ല.' എന്നവിടെ വലുതാക്കി എഴുതിവെച്ചിട്ടുണ്ട്. തലപോയ തെങ്ങിനെ പോലെണ്ട് ആ പത്രം. ഞാനും കുട്ടനും കൂടെ ആളോടിപാറമേൽക്ക് കയറി. ബാപ്പയും ആൾക്കാരും ഓരോ ചെറിയ അങ്ങാടീലും ചെന്നു പ്രസംഗിക്കാന്നാ തോന്ന്ണത്. ബാപ്പ മുള വന്ന കാല് ഏന്തി ചവിട്ടി പാഞ്ഞ് പാഞ്ഞ് നടക്ക്ണ്ണ്ട്. ഇന്ന് കുടീല് അടുപ്പ് പൊകയുമോ ആവോ? ബീഡി തെരച്ചിട്ട് ദിവസങ്ങളായി.

"കുട്ടാ പയ്ക്ക്ണ്. ഇന്ന് കുടീല് കഞ്ഞി വെച്ചിട്ടില്ല."

കുട്ടന്റെ മഞ്ഞക്കണ്ണുകൾക്ക് ആഴംവെച്ചു. 'ബാ.'

അവൻ കൈവീശി മുന്നേ നടന്നു. ഞങ്ങൾ നേരെ പോത്താഞ്ചേരിക്കാർടെ മാവിൻ ചോട്ടിലെത്തി. ഞാൻ കല്ല് പെറ്ക്കി കൊടുത്തു. അവനെറിഞ്ഞു. ഏറിന്റെ ഒച്ചകേട്ടാവും മുളവടിയുംകൊണ്ട് ഹജ്ജമ്മ പാഞ്ഞു വന്നു.

ഞങ്ങൾ കൈതപ്പൊന്തയിൽ മറഞ്ഞിരുന്നു. മൂർഖൻപാമ്പിന്റെ മണമുള്ള കൈതപ്പൊന്തയിൽ ഞങ്ങൾ അനങ്ങാതിരുന്നു. ആയിശക്കുട്ടീം കല്യാണീം സൽമേംകൂടെ നിമ്മിണിക്കാരുടെ പാടത്തൂടെ വര്ണ്ണ്ടേയ്രുന്നു അപ്പോൾ. അവര് നേരെ മാവിൻചുവട്ടിലെത്തി. ഹജ്ജുമ്മ അവരുടെ മുന്നിലേക്ക് ചാടി. അവരോടി. കൈതപ്പൊന്തയിലിരുന്ന് ഞങ്ങൾ ശ്...ശ്.... എന്ന ഒച്ചയുണ്ടാക്കി.

ഹജ്ജുമ്മ പൊയ്ക്കഴിഞ്ഞപ്പം ഞങ്ങൾ ഓവുപാലത്തിന്റെ മുകളിൽ കയറിയിരുന്നു. ആയിശക്കുട്ടീം സൽമേം കല്യാണീം അവ്ടെ പേടിച്ചിരിക്ക്ണുണ്ട്.

"ന്തേയ്"

"ഞങ്ങളേയ് മൂർഖൻപാമ്പിന്റെ ഒച്ചകേട്ടു."

"എവ്ടെന്ന്?"

"ശ്....ശ്.....ന്ന് കൈതപ്പൊന്തേന്റെ അവ്ടന്ന്."

ഞാനും കുട്ടനും ഒറക്കെ ചിരിച്ചു. അവർക്ക് ഈറ വന്നു.

പള്ള നെറച്ചും കള്ള് കുടിച്ച് രാമേട്ടൻ നായിന്റെ മക്കളേന്നും വിളിച്ച് വര്ണുണ്ടായിരുന്നു ആ വഴി. ഞങ്ങളെ കണ്ടപ്പം നിന്നു. പുറംകാലിലെ കട്ടിത്തഴമ്പിന് മുന്തിരിങ്ങാ നെറം. കണ്ണ് പൊന്ത്ണില്ല. കുഴഞ്ഞ നാവ്കൊണ്ട് ഇന്ത്യൻ പ്രധാനമന്ത്രിയെ തെറി വിളിച്ചു.

"നാവടക്കണംന്ന്........ പണിയെടക്കണംന്ന്........ ആരാടീ പണിയെടുക്കാത്തത്......... ഞാൻ...... രാമൻ പണിയെഴ്ക്ക്ണുണ്ട്..... നീ പണിയെഴ്ക്കെഴീ...... ഞാൻ രാമൻ........." വാലില്ലാ കുന്നിലേക്ക് ആടിയാടി രാമേട്ടൻ നടന്നുപോയ്. രാവിലെ റേഡിയോ പറഞ്ഞത് ഞാനോർത്തു. നാവടക്കൂ പണിയെടുക്കൂ.........

9

കൂറമിഠായി മണക്കുന്ന പാവാട

സ്കൂളില് ജയിച്ചതും തോറ്റതും അറിഞ്ഞു. ഞാൻ ജയിച്ചു, സൽമയും. ആയിശക്കുട്ടീം കല്യാണീം കുട്ടനും തോറ്റു. പിന്നെ വെളുത്ത രാധടീച്ചറും.

എനിക്കും തോറ്റാമത്യായ്‌രുന്നു. ജയിച്ചത്കൊണ്ട് എന്തൊക്കെ വാങ്ങണം? അതിന് ബാപ്പാന്റെട്ത്ത് പൈസണ്ടാവോ? പാവം ബാപ്പ. എന്നും മീറ്റിംഗ്ണ്ടാവും. മീറ്റിംഗ് കഴിഞ്ഞ് നട്ടപ്പാതിരാക്ക് വന്ന് ബീഡി തെരക്കും. ഉറക്കം വീണ് തൊടങ്ങിയ കണ്ണ് തിരുമ്മി ഞാൻ ബാപ്പയെ നോക്കിയിരുന്നു.

"ബീഡി തെരക്കല് കഴിഞ്ഞിട്ട് പോരെ മീറ്റിംഗും?" ഒരീസം ഞാൻ ഈറ പിടിച്ച് ചോദിച്ച്. ആ ഇരുട്ടില് ബാപ്പ ചിരിച്ചു.

"എല്ലാവരും അങ്ങനെ വിചാരിച്ചാല് ഈ നാട് നന്നാവോ?"

"നാട് നന്നാവാനാ മീറ്റിംഗ്?"

"നാട് നന്നാവണം. എന്നും കുമ്പിളിൽ കഞ്ഞികുടിക്ക്ണ കോരന്മാര് നന്നാവണം."

"അയിന് ഇബടെ കോരനില്ലല്ലോ?"

"മോള് ഒറങ്ങിക്കോ. ബാപ്പക്ക് കൊറച്ചും കൂടെ പണിണ്ട്."

ഉറക്കിന്റെ ആഴത്തിൽ ഒട്ടുംപുറത്ത് ചരൽക്കല്ല് എറിയണത്പോലെ മഴ പെയ്തു. പുതുമണ്ണിന്റെ മണം നിറഞ്ഞ രാവിലേയിലാക്കാണ് ഞാൻ കണ്ണ് തുറന്നത്. കാഞ്ഞിരമരച്ചോട്ടിൽ എമ്പാടും കൊഴിഞ്ഞ് കിടക്കുന്ന കാഞ്ഞിരപ്പൂക്കൾ. പാലമരച്ചോട്ടിൽ വെള്ളവിരിച്ചത്പോലെ പാലപ്പൂക്കൾ. മണ്ണിന് തിന്നാൻ തോന്ന്ണ കൊതിമണം. നനഞ്ഞ ആളോട്ടിപ്പാറമേൽ ഈറൻ കാറ്റ്. ആകാശചെരിവിൽ ഒരു ഉഷാറില്ലാത്ത സൂര്യൻ. പൂട്ടി മറി

ച്ചിട്ട പാടത്തിൻ മുകളിൽ കിളികൾ വെറുതെ കരയുന്നു. മനസിലേക്ക് ഒരാളലായ് സ്കൂള്ണ്ട്ന്ന് ആരോ അറിയിച്ചു.

പണ്ടാരം അപ്പള്ക്ക് അതും തൊറന്ന്. തോട്ടോള്യാക്കാന്റെ പറമ്പിൽ രാവിലെത്തെ സംഘം കുന്തിച്ചിരിക്കുന്നു. ഞാൻ കുട്ടന്റെ ഇപ്പുറത്ത് പോയി ഇരുന്നു. തോട്ടിലിറങ്ങി കഴുകി. മാവിലപൊട്ടിച്ച് പല്ല് തേച്ചു. പൊഴ യിലേക്ക് നടന്നു.

ഇടവഴിയിലൂടെ ഒരു ചാറ്റൽ മഴ വര്ണ്ണ്ട്. "ഒ ഇന്നെന്നെ പെയ്യ്യാ. ഇനുക്കാച്ചാൽ കൊടേം ഇല്ല." ആയിശക്കുട്ടി പറഞ്ഞു.

"പിന്നെ ആര്ക്കാ ഇബടെ കൊടള്ളത്?" കുട്ടൻ അവളോട് ചോദിച്ചു.

നല്ല മഴക്കാറ്. പൊഴക്ക് പോലും ഒരു മൗനം. സൽമ ഒരു കുന്ന് തുണിയും കൊണ്ട് വന്നു.

"ഇജ് ഇന്ന് ഉസ്കൂളിലേക്ക് പോര്ണില്ലേ?" അവളൊന്നും മിണ്ട് ണില്ല.

"വീർത്ത് വീർത്ത് വര്ണ ഓളെ ഉമ്മാന്റെ പള്ള കണ്ടിട്ട് ഓൾക്കെ പ്പളും പേട്യാ" കല്യാണി പേടിയോടെ പറഞ്ഞു.

സൽമ തലതാഴ്ത്തി വേഗം വേഗം തുണിയലക്കി. "പോത്താഞ്ചേ രിക്കാര്ടെ തുണികൾക്കൊന്നും ഒരു അഴുക്കും ഇല്ല."

"അയ്നേ ഓൽക്ക് മാങ്ങേം അണ്ടീം ഒന്നും പെറ്ക്ക്ണ്ട.' കുട്ടന് പണ്ടേ പോത്താഞ്ചേരിക്കാരെ ഇഷ്ടല്ല.

ഞങ്ങള് നാലാളും നടന്നു. മുഴിക്കലെ കുന്ന് കയറിയപ്പം ഞാൻ സൽമയെ തിരിഞ്ഞ് നോക്കി. അവളെന്നെയും. കണ്ണ് നിറഞ്ഞത് പോലെ എനിക്ക് തോന്നി. സൽമയില്ലാതെ ഞങ്ങൾ നാലാളും സ്കൂളിലേക്ക് നട ന്നു. വക്ക് പൊട്ടിയ പഴയ സ്ലേറ്റ് വെള്ളത്തണ്ട് എടുത്ത് മായ്ച് വൃത്തി യാക്കി. പുതുമണം പരക്കേണ്ട ആ പുതിയ ദിവസത്തിൽ ആളോട്ടിപ്പാ റേന്റെ അപ്പുറത്ത്ന്ന് ജി എം യു പി സ്കൂളിലേക്ക് വര്ണ ഞങ്ങൾ നാലാളും സങ്കടത്തോടെ നടന്നു. ഒരു ജാഥ ഞങ്ങൾക്കെതിരെ വന്നു.

"ഉപ്പിന് നികുതി മുകളിന് നികുതി
പള്ളേൽള്ളൊരു കുഞ്ഞിനും നികുതി."

കോയിമെര്യാക്കാന്റെ കുഞ്ഞിപ്പാത്തൂന്റെ പള്ളേൽള്ളകുട്ടി പള്ളേ ന്നെന്നെ മരിച്ചത് നികുതി കൂട്ടിട്ടാവോ? പാവം ആടിനെ പോലെത്തെ കുഞ്ഞിപ്പാത്തും മരിച്ച്പോയ്. അതും നികുതി കൂട്ടീട്ടാവോ?

സ്കൂളിന്റെ മുറ്റത്ത് ചാറ്റൽ മഴയത്ത് അസംബ്ലി കൂടീട്ട്ണ്ട്. ഹെഡ്മാ സ്റ്റർ എന്തൊക്കെയോ പറയ്ണ്ണ്ട്. മൂടിയില്ലാത്ത തൂക്കുപാത്രവുംകൊണ്ട് ഞങ്ങൾ വൈകി വരണോര് നിക്ക്ണ മാവിൻചോട്ടിൽ നിന്നു. കാക്ക്തൂറ്ണ മാവിൻ ചോട് വൈകിവര്ണോരെ നിർത്താനുള്ളതാ. ചൂടുള്ള കാക്കത്തീട്ടം നേരിയ ഒരു കൊഴുപ്പോടെ തലയിൽ വീണാൽ നേരം വൈകാനുള്ള പൂതി പിന്നെണ്ടാവൂലാ.

ചെരിപ്പിടണംന്നും നഖം മുറിക്കണംന്നും എന്നും കുളിക്കണംന്നും പിന്നെയും എന്തൊക്കെയോ ഹെഡ്മാസ്റ്റർ പറഞ്ഞു. കാക്ക തലയിലേക്ക്

എപ്പളാ എപ്പളാ എന്ന ചിന്തയിൽ ഹെഡ്മാസ്റ്ററുടെ ബാക്കി വർത്തമാനം ഞാൻ കേട്ടില്ല.

ആറാം ക്ലാസിലെ അവസാനത്തെ ബെഞ്ചിലിരുന്ന് ഞാൻ അഞ്ചാം ക്ലാസ് കണ്ടു. വെളുത്ത രാധടീച്ചറുടെ മുടിയിൽനിന്ന് അപ്പോഴും വെള്ളം ഇറ്റുന്നു. ആരോ എറിഞ്ഞതുപോലെ രണ്ട് തെച്ചിപ്പൂക്കൾ മുടിയിൽ. മൂക്കിലെ മഞ്ഞക്കൊഴുപ്പറിയാതെ കുട്ടൻ നഖംകടിച്ച് മുന്നിലിരിക്കുന്നു. ആയിശക്കുട്ടീനേം കല്യാണീനേം കാണാനില്ല. മറയുടെ ഓട്ട വലിപ്പം പോരാ.

നന്നായ് പിച്ചുന്ന കണക്ക് മാഷ് അന്ന് തന്നെ എന്നെ പിച്ചി. തിരിഞ്ഞ് നോക്കിയതിന്. തിരിഞ്ഞ് നോക്കരുതത്രെ! ഇടവിട്ട് വലിയ പല്ലുകൾ കാട്ടി ഒറക്കെ ചിരിച്ച് ജബ്ബാർ മാഷ് നടന്നു, കയ്യിൽ കസ്തൂരി മണമുള്ള വടിയും പിടിച്ച്. പല ചന്തികളും ചമ്മന്തിയാക്കിയ ആ വടിയാണ് ആറാം ക്ലാസിലെ പേടിസ്വപ്നം. ആ വടി പേടിച്ച് പറങ്കിമാവിൻകൊമ്പിൽ കുറെ കുട്ടികൾ ഇരിപ്പാവും ഓരോ കൊല്ലവും. പിന്നെ അവർ സ്കൂളിലേക്ക് വരികയേ ഇല്ല. അവർക്ക് ഉപ്പുമാവും കിട്ടില്ല. പാവം ആറാംക്ലാസിലെ കാലം അവർക്ക് പട്ടിണിയുടെ കാലമാണ്. ജബ്ബാർമാഷിന്റെ മുഖം റോസാപ്പൂ വിരിഞ്ഞത്പോലെ. പുന്നെല്ലിന്റെ അരിയുടെ ചോറ് തിന്ന്ണത് കൊണ്ടാവാം.

ഉച്ചയ്ക്ക് ഉപ്പുമാവ് ഉണ്ടാവുകയില്ലെന്ന് ലീഡർ അസ്ലം അറിയിച്ചു. എന്റെ പള്ളക്കുള്ളിലൂടെ ഒരു കോടാണിപ്പാമ്പൻ കൊക്കി. ഉച്ചയ്ക്ക് സ്കൂള് വിട്ട്പ്പം ഞങ്ങൾ മഴയിലൂടെ പൊരയിലേക്കോടി. അടുപ്പ് തണുത്തിരിക്കുന്നു. കറുത്ത കള്ളത്തിപ്പൂച്ച അടുപ്പിനരികെ കൂനിക്കൂടി ഇരിപ്പുണ്ട്.

"അന്നോട് മിഡെയ്ഫ് ചെല്ലാൻ പറഞ്ഞീക്ക്ണ്." ഉമ്മ പറഞ്ഞപാടെ ഞാൻ കമ്പോണ്ടര്ടെ അവ്ടക്ക് ഓടി.

"എന്തേയ്ന്നു?"

"കഞ്ഞി കുടിച്ചോ?" മിഡൈഫിന്റെ ചിരി കാണാൻ നല്ല ചൊറ്ക്ക്ണ്ട്. കുടിച്ചൂന്ന് നൊണ പറഞ്ഞു. അവര് അകത്ത് പോയി. ഒരു കടലാസ് പൊതി കൊണ്ടുവന്നു തന്നു.

"തൊറന്ന് നോക്ക്."

മഞ്ഞയിൽ കാപ്പിക്കുരു നിറത്തിലുള്ള പൂക്കളുള്ള ഒരു പാവാട. അതിന് കൂറമിഠായിന്റെ മണം.

"നാളെ സ്കൂളില് പോവുമ്പം ഇതിടണം ട്ടൊ." അവരെന്റെ തലയിൽ കൈവച്ചു. ഞാൻ കരഞ്ഞു.

10

കുളക്കോഴി

"ഉമ്മാ പയ്ക്ക്ണ്."

"അന്നെക്കാളും പയ്ക്ക്ണ് എനിക്ക്."

"ഇങ്ങളെക്കാളും പയ്ക്ക്ണ് മക്കളെ ഇനുക്ക്" ഉമ്മാമ പറഞ്ഞു. ഒറ്റ പ്പല്ലും ഇല്ലാത്ത വായയിൽ ഒറ്റപ്പെട്ട വായപ്പുണ്ണ്. ചുണ്ടൊക്കെ കീറീട്ട്ണ്ട്. വെറ്റില കിട്ടാത്തതോണ്ടാവാം.

"അന്റെ ബാപ്പാക്ക് എന്നും മീറ്റിംഗും കുന്തുംതന്നെ. കുടീത്തെ എന്തെങ്കിലും കാര്യംണ്ടോ ആ മനുസന്?"

കരയുമ്പളും ചിരിക്കുമ്പളും ഉമ്മാമന്റെ മൂക്ക് ചോക്കും. ഉമ്മ മൂക്ക് ചീന്തി തെങ്ങിൻ ചോട്ടിൽക്കെറിഞ്ഞു.

"നാട് നന്നാവാനാ ഉമ്മാ..... കൊലത്തീം ചാത്തനും പിന്നെ ഞമ്മളും മനുസ്മ്മാരെപോലെ ജീവിക്ക്ണകാലം വരുംന്നാ ബാപ്പ പറഞ്ഞത്." ഞാൻ അഭിമാനത്തോടെ പറഞ്ഞു.

"മനുസമ്മാരെപോലെ...... കുന്തം" ഉമ്മ നീട്ടി തുപ്പി "മൂരാച്ചി". ഞാൻ പുറത്തിറങ്ങി. ആളോട്ടീപാറമേൽ വെയില് കാളുന്നു. കാഞ്ഞിര മരച്ചോട്ടിലൂടെ പോത്താഞ്ചേരിക്കാർടെ മാവിൻ ചോടിലെത്തി. ഒരൊറ്റ മാങ്ങയില്ല. ഈ ഉച്ചക്കാറ്റിന് പിന്നെന്താ പണീ ആവോ? അണ്ണാൻ കാർന്ന കൊറേ അണ്ടികൾ.

'ശ്...... ശ്......' പടച്ചോനെ മൂച്ചിമലും മൂർഖൻ പാമ്പോ? ഞാനോടി. എന്നിട്ടൊന്ന് തിരിഞ്ഞ് നോക്കി. കുട്ടൻ മാവിൽനിന്ന് പൊത്തിപ്പിടിച്ചിറ ങ്ങുന്നു.

"ഹജ്ജുമ്മ കേൾക്കുംന്ന് വിചാരിച്ചാ വിളിക്കാഞ്ഞത്. ഉറുമ്പ് കടിച്ച് മേലാകെ ചെറിഞ്ഞ്." മടിയിൽ രണ്ട് മാങ്ങ. കാക്കപ്പുള്ളിക്കുത്തുള്ള

റോസ് മാങ്ങ എനിക്ക് തന്നു. ഞാനത് കടിച്ചും കുടിച്ചും തിന്നു. അണ്ടി വെളുക്കുവോളം. "ഓ പയ്ച്ചിട്ട് വയ്യേയ്‌രുന്നു കുട്ടാ."

"ബാ".

"ഞാനവന്റെ പിന്നാലെ നടന്നു. തോട്ടുവക്കത്തെ പാടവരമ്പിലൂടെ താഴോട്ട് നടന്നു. "ഇതിലെ നടന്നാല് ഞമ്മളെ പൊഴേലെത്താം."

"ഞമ്മളെ പൊഴേലേ?" എനിക്കൽഭുതം തോന്നി. ഞാൻ കാണാത്ത വഴികൾ ഇനിയുമുണ്ടോ?

"അള്ളോ ഒരു കൊളക്കോഴീ."

"ഒച്ചയുണ്ടാക്കരുത് പടച്ചോനെ അത് കെണീൽ കുടുങ്ങീണ്ട് ഞമ്മക്ക് കെണീന്നെട്ക്കാം അതിനെ?"

കുട്ടൻ പതുക്കെ കെണി പൊക്കി. കുളക്കോഴീനെ പൊറത്തെടുത്തു. അത് പേടിച്ച് കരഞ്ഞു.

"ഓടിക്കോ". ഞങ്ങൾ നാറ്റട്ടിയിലൂടെ കുണ്ടനിടവഴിയിലൂടെ കൈസാത്താന്റെ അയ്‌ലേക്കൂടെ പൊരേൽക്ക് ഓടി കിതച്ച്കൊണ്ട് ഉമ്മാന്റെ മുന്നിൽനിന്നു. കുട്ടൻ മടിക്കുത്തിൽനിന്നും അതിനെ പുറത്തെടുത്തു. ഉമ്മ ആദ്യം അതിനെ ഒന്ന് നോക്കി. ഉമ്മാക്ക് നന്നേ ഈറ പിടിച്ചു.

"എടീ ഹറാം പെറന്നോളേ....... അന്റെ ബാപ്പ ഇബടെ ഉപ്പും മൊളകും കൊണ്ടോന്ന് ബെച്ചീക്ക്ണോ ഇതിനെ വേവിക്കാൻ. കൊണ്ട് പോടി ഇതിനെ."

കുട്ടൻ അതിനെ എടുത്തു. ഞങ്ങൾ പാടവരമ്പ് കയറി കൈതപ്പൊന്തേന്റെ അടുത്ത് അതിനെ വെച്ചു.

"പൊയ്ക്കോ...... ഞങ്ങൾക്ക് ഉപ്പും മൊളകും കിട്ട്ണകാലത്ത് ബാ.... അപ്പം ഞങ്ങള് അറത്ത് കൂട്ടാൻവെക്കാം." അത് അനങ്ങാതെ ഞങ്ങളെ നോക്കിനിന്നു.

"പൊയ്ക്കോ ന്നട്ട് ആരെങ്കിലുംവെച്ച കെണീൽ വീണോ?" കുട്ടനത് പറഞ്ഞപ്പം എനിക്ക് കരച്ചിൽ വന്നു. ഞങ്ങള് നിമ്മിണിക്കാര്ടെ പാടത്തൂടെ നടന്നു. അത് പമ്മിപമ്മി ഞങ്ങള്ടെ പിന്നാലെ വന്നു.

"ആട്ട്യാലും പോവാത്ത ഒരു ജന്തു!"

11

പേറ്

സൽമേന്റെ ഉമ്മാക്ക് പേറ്റുനോവ്. ഉമ്മയും കൈസാത്തയും ഒസാത്തി ഇത്താച്ചിയും കൂട്ടിരുന്നു. സൽമേന്റെ ഉമ്മാന്റെ നിലവിളി മൺവീടിനുള്ളിൽനിന്നും പൊറത്തേക്ക് തെറിച്ചു. മുറ്റത്തെ തലപോയ തെങ്ങ് ചാരി സൽമ തല മാന്തി നിന്നു. കഴിഞ്ഞകൊല്ലം നല്ല കൈ എഴുത്തിന് സമ്മാനം വാങ്ങിയ സൽമയോട് ലൈല ടീച്ചർ പറഞ്ഞത് നഖം വെട്ടാനായിരുന്നു. നഖത്തിനുള്ളിൽ കുടുങ്ങിയ പേനുകളെ അവൾ ഞെരിച്ചു.

"മോളേ മിഡൈയ്ഫിനെ വിളിക്കീ" സൽമ അനങ്ങിയില്ല. ഞാനോടി കമ്പോണ്ടരുടെ അവ്ടെ എത്തീപ്പം അവ്ടെ മിഡൈഫില്ല. ഞാൻ തിരിച്ചോടിചെന്നു. സൽമേന്റെ ഉമ്മാന്റെ വല്യ കരച്ചിലിന്റെ പിറകിൽനിന്ന് ഒരു കുട്ടിക്കരച്ചിലും കേട്ടു. "പെറ്റ്" ഉമ്മീം കൈസാത്തീം ഏതോ ഒരു സൂറത്ത് ഓതി. ഒസാത്തി എന്തോ ഒരു സാധനംകൊണ്ട് പൊരേന്റെ പിന്നാമ്പുറത്ത് പോയി കുഴിച്ചിട്ടു.

ഞാൻ പൊരയിലേക്കോടി ചെന്നു.

ബാപ്പ ബീഡി തെരക്ക്ണുണ്ട്.

"ബാപ്പാ സൽമേന്റെ ഉമ്മ പെറ്റ്"

ഉമ്മാമ കരിമ്പടത്തിനുള്ളിൽനിന്നും തപ്പി എണീറ്റു.

"ന്താ കുട്ടി."

"പെണ്ണ്."

"ഓൾക്ക് റസിയാ സുൽത്താനാന്ന് പേരിടാം" ബാപ്പ പറഞ്ഞു.

"ആരാ റസിയാ സുൽത്താനാ?"

"അതൊരു രാജകുമാരിയാ."

"രാജകുമാരീന്റെ പേരാ താച്ചുട്ടീന്റെ മോൾക്ക് ഇടാ?"

"തെരുവിന്റെ കുട്ടിക്ക് കൊട്ടാരത്തിലെ പെണ്ണിന്റെ പേര് മതി." ബാപ്പ ബീഡിമുറം നീക്കിവെച്ച് എഴുന്നേറ്റു.

"പെണ്ണിന്റെ ഭാഗ്യം പെരുവഴിലാ മോളേ."

"അപ്പം ആണിന്റെ ഭാഗ്യോ?"

രാമേട്ടൻ നേരത്തെ തന്നെ ഷാപ്പ്ന്ന് പോണുണ്ട്. "നായിന്റെ മക്കളേ..." നായിന്റെ മക്കളേ വിളിയിൽ രാവ് തുടിച്ചു.

"ആണിന്റെ ഭാഗ്യത്തിന് പലേ വഴികളുണ്ട്. അതിലൊന്നാ ഈ രാമന്റെ വഴി."

"പിന്നെ മറ്റൊന്ന് ഈയമ്മസബുന്റെ വഴി."

ഞാനും ബാപ്പയും കൊറേ ചിരിച്ചു.

"ഇങ്ങള് പറയ്ണ ആ നല്ല കാലം വരോന്ന്?"

"ബീഡിക്കെട്ടുകൾ സഞ്ചീലിട്ട് കൊടികൾ ചാക്ക് നൂല്കൊണ്ട് കെട്ടി പുറത്തിറങ്ങുമ്പോൾ ബാപ്പ പറഞ്ഞു:

"ഒറപ്പായും വരും."

"അപ്പള്ക്ക് ഞമ്മ്ള് മരിക്കൂലേ?"

"മരിച്ചോട്ടെ."

"മരിച്ച് മണ്ണായിട്ട് പിന്നെ ഞമ്മക്കെന്തിനാ ഈ സോസീലിസം!"

"സോസീലിസം അല്ല. സോഷ്യലിസം."

"രണ്ട് ഒന്നെന്നെ."

"ഞമ്മള് മരിച്ച് മണ്ണായിട്ട് മണ്ണിന്റെ ചോട്ടിൽക്ക് പോവും. ന്നാലും മണ്ണിന്റെ മോളിൽ കൊറോ മനുസമ്മാര്ണ്ടാവും. ആ ആളക്കാര്ടെ ജീവിതം നന്നാവാനാ. അവര്ടെ ജീവിതം നരകാവാതിരിക്കാനാ." എന്ത് പറയുമ്പളും ബാപ്പാക്കൊരു ചിരിണ്ട്. ഞാനും ബാപ്പയും വീണ്ടും വെറുതെ ചിരിച്ചു.

"എന്നുമീ ഇളംകാറ്റുണ്ടാവുമോ? എന്നുമീ തണൽ ചേർന്ന് നടപ്പാനാമോ?" പഴയ ഒരു തമിഴ്പാട്ടിന്റെ അർഥം ബാപ്പ എനിക്ക് പറഞ്ഞ് തന്നു. ബീഡിക്കെട്ടുംകൊണ്ട് ഇല്ലിപ്പടി കടന്നുപോവുന്ന ബാപ്പയെ ഞാൻ നോക്കി നിന്നു.

12

പൊലീസ്

ഉറക്കിൽനിന്നും ഉമ്മാന്റെ നിലവിളി കേട്ടാണ് ഞാനുണർന്നത്. മുനിഞ്ഞ് കത്തിയിരുന്ന ചെറിയ ചിമ്മിനി വിളക്കും കെട്ടിരുന്നു. ഉറക്കിൽ, ഇരുട്ടിൽ എനിക്കൊന്നും തിരിഞ്ഞില്ല. എന്നിട്ടും ഞാൻ ഉമ്മറത്തേക്ക് ഓടിച്ചെന്നു. മുറ്റം നിറയെ ആൾക്കാർ. കാക്കി ട്രൗസറിട്ട പൊലീസുകാർ ബാപ്പയെ കാല് മടക്കി ഇടിക്കുന്നു. ബാപ്പ ഒന്നും മിണ്ടുന്നില്ല. ഉമ്മയും ഉമ്മാമയും ആർത്ത് നിലവിളിച്ചു.

'ന്റെ അബൂനെ കൊണ്ടോവര്ത് പൊലീസേ...." ഉമ്മാമ കരഞ്ഞപ്പോൾ ഞാനും കരഞ്ഞു. കൊലത്തിയും ചക്കിയും കൗസാത്തയും കൈസാത്തയും നീലാണ്ടനും ഉമ്മറാക്കയും കരഞ്ഞു. കോയിമെര്യാക്ക ഓടിപ്പാഞ്ഞ് വന്നു. പൊലീസിന്റെ മുൻപിൽ നെഞ്ച് വിരിച്ചു.

"മാറി നിന്നോ അല്ലാച്ചാൽ വെടി വെക്കും."

എന്നിട്ടും കോയിമെര്യാക്ക മാറീലാ.

"അബൂനെ ഇബട്ന്ന് കൊണ്ടോവാൻ പറ്റൂലാ. ഓൻ ചെയ്ത തെറ്റ് എന്തെന്ന് ഞങ്ങൾക്കറിയണം. കൊയ്യ്യാൻ പോണ പെണ്ണ്ങ്ങൾക്ക് കൂലി കൂടുതൽ മേണംന്ന് പറഞ്ഞതോ? നിലംപൂട്ടാൻ ട്രാക്റ് വന്നപ്പം ആൾക്കാർടെ പണികൊറയുംന്ന് പറഞ്ഞതോ.... പണി കൊറഞ്ഞാല് കുടീൽ പട്ടിണ്യാവുംന്ന് പറഞ്ഞതോ? എന്താണ് അബു ചെയ്ത തെറ്റ്? അതിപ്പം അറിയണം."

കോയി മെര്യാക്ക കുറെ കൂടി മുന്നോട്ട് നീങ്ങി നിന്നു. ആൾക്കാരും പൊലീസും തല്ലുംന്ന് വരെയെത്തി. പൊലീസ് ആകാശം നോക്കി വെടി വെച്ചു. വെടിയുടെ ഒച്ച. ഞാൻ ഉമ്മാമയുടെ കരിമ്പടത്തിൽ കണ്ണ് പൂട്ടി നിന്നു. പിന്നെ ബാപ്പാന്റെ ഒച്ച ഉറക്കെ കേട്ടു.

"മാറി നിന്നോളീ..... മാറി നിന്നോളീ ഞാൻ പോയിട്ട് വരും."

ബാപ്പയുടെ രണ്ട് കൈയും പൊലീസ് പിടിച്ചു.

"ഞാൻ പോയിട്ട് വരാം..... ലാൽ സലാം."

ബാപ്പ പൊലീസുകാർക്കൊപ്പം വേഗത്തിൽ നടന്നു. കാഞ്ഞിരമരവും അത്താണീം പിന്നിട്ട് ആളോട്ടിപ്പാറേന്റെ താഴെക്കൂടെ പൊലീസ് ബാപ്പയെ കൊണ്ടുപോയി. ഉമ്മ ചുമര് ചാരി കുഴഞ്ഞ് വീണു. ഉമ്മാമ എന്നെ പൊത്തിപ്പിടിച്ചു പൊട്ടിക്കരഞ്ഞു. വന്നവരൊക്കെ മുറ്റത്തിരുന്നു. ആരും ഒന്നും മിണ്ടിയില്ല.

സുബ്ഹിന്റെ നഗാര അടിച്ചു. പുള്ളും കിളിയും ചിലച്ചു. ഉമ്മാന്റെ ചങ്ങൻ കോഴികൾ നീട്ടിക്കൂവി. സൂര്യനും മുൻപേ വരുന്ന ഇളം വെളിച്ചത്തിലൂടെ കാഞ്ഞിരമരത്തിലെ കിളികളുടെ കൂവലിലൂടെ ഞാൻ ആളോട്ടിപാറമേൽക്ക് ഓടി. ദൂരെ ദൂരെ എന്തെങ്കിലും കാഴ്ചകളുണ്ടോ? എന്റെ ബാപ്പയും പൊലീസും നടന്നുപോയ വഴികളിലേക്ക് ഞാനേറെ നേരം നോക്കി നിന്നു. ബാപ്പ അരിയും മുളകും മത്തിയുമായ് മഗ്രിബിൻ നേരം പാഞ്ഞ് വന്നിരുന്ന വഴികളിൽ ആരുമില്ല. ബാപ്പ കൊടിപിടിച്ച് മുന്നേ നടന്നിരുന്ന നൂറ് ജാഥയിലെ പാട്ടുകളും ഇവിടെയില്ല. എന്റെ ബാപ്പ ഞാനേറെ നേരം കരഞ്ഞു. വിശപ്പിന്റെ വിളി വയറ്റിൽനിന്നും ഓരിയിട്ടു.

വറുക്കാൻപോലും അരിയില്ല. ബാപ്പ ഇപ്പോൾ എവിടെയായിരിക്കും? എന്നെ പിറകിൽ നിന്നാരോ തോണ്ടി.

"സൽമാ ന്റെ ബാപ്പാനെ പൊലീസ് കൊണ്ടോയി." ഞാനവളെ കെട്ടിപ്പിടിച്ചു. അവൾക്കൊരനക്കവും ഇല്ല. അവളുടെ ഉണ്ടക്കണ്ണുകൾ നിറഞ്ഞൊഴുകുന്നു.

"എന്തേയ്......" ഞാൻ കരയുമ്പളും അവളോട് ചോദിച്ചു.

"ന്റെ ഉമ്മ പോയി."

"ബദ്രീങ്ങളെ എപ്പം?"

"ഇന്നലെ ലാത്തിരി."

"ന്നട്ട് കുട്ടി ഓട്ത്തു?"

"തൊട്ടിലീല് ഒറങ്ങണുണ്ട്. നേരം വെളുക്കുവോളം കരഞ്ഞ് അത്പ്പം ഒറങ്ങ്ണുണ്ട്."

"എങ്ങട്ട ഉമ്മ പോയിട്ട്ണ്ടാവാ?"

"വന്നോട്ത്ത്ക്ക് തന്ന്യാവും."

അവള് പോത്താഞ്ചേരിക്കാര്ടെ അവ്ടക്ക് കയറി പോയി. വെയിലുയർന്നിട്ടും ഞാനവിടെ കുത്തിയിരുന്നു.

പ്രാന്തൻ അദുമാൻ ദൂരെ നിന്ന് നടന്ന് വര്ണ്ണ്ട്. എന്നെ കണ്ട പാടെ ചിരിച്ചു.

"രണ്ടാള് പോയി. ഒരാള് സ്വർഗത്തിൽക്കും മറ്റേ ആള് നരകത്തിൽക്കും" ഞാനൊന്നും മിണ്ടിയില്ല. അദുമാൻ എന്റെ കൂടെ പാറപ്പുറത്തിരുന്നു. മഞ്ഞപ്പല്ലിന് മുകളിൽ ചോന്ന തൊണ്ണ്.

"ഇത്ര നേരും ഞാൻ പറഞ്ഞത് പൊള്ളാ. രണ്ടാളും പോയത് നരകത്തിൽക്ക് തന്ന്യാ. ഞമ്മളോട്ന്നും സ്വർഗത്തിൽക്ക് പോവാനൊന്നും

ആരിക്കും ആവൂലാ. ഞമ്മളൊക്കെ പാവങ്ങളാ..... ഞാനും ഇജ്ജും, ഞമ്മളെ ആളോട്ടിപ്പാറേം ഞമ്മളെ പാടോം ഞമ്മളെ പൊയേം ഞമ്മളെ സൈനബേം ഒക്കെ പാവങ്ങളാ............" ഞമ്മളൊക്കെ പാവങ്ങളാ...... അദു മാൻ വിങ്ങിക്കരഞ്ഞു.

13

കണ്ണൂക്ക്

ബറാഅത്തിന്റെ അന്ന് ഉമ്മാമ മരിച്ചു.

"ബറാഅത്തും ബറക്കത്തും
ചക്കരചോറടുപ്പത്തും"

ഓരോ ബറാഅത്തിനും ഉമ്മാമ ആ പാട്ട് പാടുമായിരുന്നു. ന്റെ അബൂ..... ന്റെ അബൂ......... ന്റെ അബൂ.......... ന്ന് വിളിച്ച് പലവട്ടം കരഞ്ഞ് കണ്ണ് മറഞ്ഞ് പോയ്. ഇടക്കിടക്ക് എന്നെ കരിമ്പടത്തിനുള്ളിൽ ചേർത്ത് കിടത്തി.

നല്ല കുട്ടിയാവണം. വല്യ ആളായാല് ജ് ന്നെ മറക്കോ? ന്റെ അബൂന് പയ്ക്ക്ണുണ്ടാവോ? ന്റെ കുട്ടിക്ക് എന്തെങ്കിലും തിന്നാൻ കിട്ട്യോ? പൊലീസേ ന്റെ അബൂനെ ഒന്നും ചെയ്യ്യല്ലേ......

എന്നൊക്കെ പറഞ്ഞ് എന്നെ ചേർത്ത് കിടത്തി ഉമ്മാമ ഇല്ല്യാണ്ടായി. ഉമ്മാമ ഒരു ചൂട് മാത്രം തന്ന്. ബാപ്പല്ലാത്തതോണ്ട് വെറ്റിലപോലും കിട്ടിയില്ല. എപ്പോഴും പള്ള വിശന്ന്, കീറിയ കമ്പിളിപ്പുതപ്പും കറുകറുത്ത തുപ്പൽകോളാമ്പീം വെറ്റില ഇടിക്കുന്ന കുഞ്ഞ്ഉരലും കാലാടുന്ന മരക്കട്ടിലും ബാക്കിയാക്കി എന്നെ ഒറ്റക്കാക്കി പോവാണ്.

"ഉമ്മാമ ഇനുക്ക് പൂതി തീർന്നിട്ടില്ല. വെറ്റിലമണം എനിക്ക് മത്യാവ്ണില്ല. ന്റെ ഉമ്മാമല്ലാത്ത ഈ ലോകത്ത്........."

മയ്യത്ത് കട്ടില് വന്ന് ഉലുവാനും കുന്തിരിക്കോം പൊകച്ച്. ഞാൻ പുറത്തിറങ്ങി ഓടി. ആളോട്ടിപാറമേൽ കയറിനിന്നു.

"ന്റെ ബാപ്പാന്റെ ബാപ്പ....... ഞമ്മളെ ഉമ്മാമ മരിച്ച്" ഞാനുറക്കെ കരഞ്ഞു. വെയിൽ ചായുന്ന ആ നേരത്ത് കുട്ടൻ എന്റെ പിറകിലൂടെ വന്നു. ആയിശക്കുട്ടീം കല്യാണീം പാറപ്പുറത്തിരുന്നു. കുട്ടൻ ദൂരേക്ക് കൈചൂണ്ടി.

തൊട്ടിമക്കാർടെ പാടത്തൂടെ മയ്യ്യത്ത് കൊണ്ട്പോവ്യാണ് ആൾക്കാർ.

'ലാഇലാഹ ഇല്ലല്ലാഹ് ലാ ഇലാഹ ഇല്ലല്ലാഹ്.' എന്റെ ഉമ്മാമ ആ കട്ടിലിനുള്ളിൽ കിടന്ന് ഉറങ്ങുകയാവും. അതോ എനിക്ക് പറഞ്ഞ് തരാൻ കഥകൾ ആലോചിക്കാവോ? എനിക്ക് ഉമ്മാമനെ ഒന്ന് കൂടി കാണണംന്ന് തോന്നി. ഉമ്മാമന്റെ മയ്യ്യത്ത് കട്ടിൽ പിടിക്കാനും കൂടെ ബാപ്പണ്ടായില്ലല്ലോ റബ്ബേ.

"ന്റെ അബു മുന്നിൽ നിക്കണം. ന്റെ മയ്യത്തും കട്ടിലിന്റെ മുന്ന്ത്തെ കാൽ ഓൻ പിടിക്കണം. ന്നാലെനിക്ക് സൊകാവും."

മയ്യ്യത്ത് കട്ടിലിന്റെ മുന്ന്ത്തെ കാൽ പിടിക്കാൻ ഉമ്മാമാന്റെ അബൂന് കഴിഞ്ഞില്ല. ഉമ്മാമാന്റെ അബു ഇപ്പം നമ്മളാരും കാണാത്ത ഒരു ജയിൽ മുറിക്കുള്ളിൽ......

ചാത്തനും ടൈലറ് ദാമോദരേട്ടനും കോയിമെര്യാക്കയും കമ്പോണ്ടരും ഉസൻകാക്കയും ചേർന്നാണ് മയ്യ്യത്ത് കൊണ്ട് പോണത്. വലിയ ജുമാമസ്ജിദിലേക്ക് ദൂരം ഒരുപാടുണ്ട്. ഒരുപാട് ദൂരെയാണ് ഖബർ സ്ഥാൻ. പ്രാന്തൻ അദുമാൻ മാത്രമേ അതിലെ നടക്കാറ്ള്ളൂ.

"പോവാ"

കുട്ടൻ എന്റെ കൈപിടിച്ചു. ഞങ്ങൾ പാറയിറങ്ങി. ഞാനും കുട്ടനും ആയിശക്കുട്ടീം കല്യാണീം. പോത്താഞ്ചേരിക്കാർടെ മുള്ളുവേലിക്കരികെ അനിയത്തിക്ക് മുലക്കുപ്പി കുടിക്കാൻ കൊടുത്തുകൊണ്ട് സൽമ നിൽക്കുന്നു. ബാപ്പ വാങ്ങിക്കൊടുത്തതായിരുന്നു ആ മുലക്കുപ്പി. പച്ചവെള്ളം നിറച്ച മുലക്കുപ്പിയുടെ കണ്ണ് റസിയാ സുത്താൻ കടിച്ചെടുക്കുന്നു. പോത്താഞ്ചേരിക്കാർടെ അവ്ടന്ന് ചക്കരച്ചോറ് വെന്തതിന്റെ മണം. ആസ്യാത്ത ഇളയകുട്ടിയെ തൊട്ടിലിലിട്ട് പാടുന്നു.

"ദിക്ക് റെടുക്ക്ണ ഫക്കീറമ്മാരിക്ക്
ചക്കരച്ചോറ് തീമ്മല്
പായിട്ടൊറങ്ങ്ണ പാതിരാക്ക്
ലാഇലാഹ ഇല്ലല്ലാ......"

14

തട്ടാൻ വേലായുധൻ

തട്ടാനെ കൂട്ടിവരാൻ ഉമ്മ എന്നെ പറഞ്ഞയച്ചു. തട്ടാനും തട്ടാന്റെ പെട്ടീം ഞാനും കൂടെ പൊരയിൽ വന്ന് കയറി. അമ്മായി പലകയിട്ട് കൊടുത്തു. തട്ടാന്റെ മുന്നിൽ തല കുനിച്ച് മറ്റൊരു പലകമേൽ ഉമ്മയിരുന്നു. തട്ടം കാതിനടിയിലേക്ക് തിരുകിവെച്ചു. കാത് കാണിച്ച് കൊടുത്തു. ഓരോ കാതിലും നന്നാല് ചിറ്റ്. ഓരോന്നും വെട്ടിയെടുത്തു. തല താഴ്ത്തിയിരിക്കുന്ന ഉമ്മയുടെ മൂക്ക് ചെമ്പരത്തിപ്പൂപോലെയായി. ഉമ്മാന്റെ കാച്ചിത്തുണിയിൽ വലിയ കണ്ണീർത്തുള്ളികൾ.

ചളി നിറഞ്ഞ പൊൻ ചിറ്റുകൾ. കുഞ്ഞുതുലാസിൽ വേലായുധേട്ടൻ ഏറെനേരം തൂക്കി. പിന്നെ മടിയിലെ കടലാസുപൊതിയിൽനിന്നും മൂന്ന് പച്ചനോട്ട് പുറത്തെടുത്തു. ഉമ്മ തല പൊന്തിക്കുകയോ പണം വാങ്ങുകയോ ചെയ്യുന്നില്ല.

"മറിയം കായ് മാങ്ങ്"

അമ്മായി പറഞ്ഞു. തട്ടാൻ പണം ഉമ്മാന്റെ മടിയിലേക്കിട്ട് എണീറ്റു. കണ്ണട എട്ത്ത് ചില്ല് തുടച്ച് മടിയിൽവെച്ചു. വരിക്കുപ്പായത്തിനുള്ളിൽ ഒരു നേരിയ താരമാലങ്ങ് തട്ടാന്റെ കഴുത്തിൽ. തട്ടാൻ പോകുമ്പോ അമ്മായി പറഞ്ഞു.

"തട്ടാൻ തൊട്ടാൽ എട്ടിലൊന്നാ"

മൂപ്പര് തിരിഞ്ഞ് നോക്കി. അമ്മായി ആകാശം നോക്കി.

"മയ്ക്കാറുണ്ട്"

"ഈ വെളുവെളുത്ത ആകാശത്തോ?"

ഉമ്മാമാന്റെ കണ്ണൂക്കാണ്. ഖബറിൽ കണ്ണ് കൊഴിയുമതെ. കണ്ണൂക്കിന് കാവ കാച്ചി തൊട്ടയലത്തൊക്കെ കൊടുത്തു. രണ്ട് മോയ്ല്യാമാര് വന്നു. ദുആരന്നു ഉമ്മാന്റെ ചങ്ങൻ കോഴീനെ അറത്ത് കൂട്ടാൻ

വെച്ചു. പത്തിരീം ചുട്ടു, പാൽചായേം. എനിക്ക് ബാപ്പാനേം ഉമ്മാമാനേം ഓർമ വന്നതോണ്ട് പത്തിരീം കൂട്ടാനും തിന്നാൻ തോന്നീലാ. ഉമ്മാക്ക് ചങ്ങൻ കോഴീനേം കൂടെ ഓർമ വന്നതോണ്ടാവാം കൊറേ കരഞ്ഞു. ആയിശക്കുട്ടീം കല്യാണീം വന്നു. ഞങ്ങള് പോത്താഞ്ചേരിയിലേക്ക് നടന്നു.

സൽമ പാത്രം കഴ്ക്ണുണ്ട്. കുട്ടി മുലക്കുപ്പീം കൊണ്ടിരിക്ക്ണ്. മുലക്കുപ്പീല് കഞ്ഞിവെള്ളം. ഹജ്ജുമ്മ ആരെയൊക്കെയോ പ്രാകി മണ്ടി നടക്കുന്നു. സൽമ സ്കൂളിൽ പോക്ക് നിർത്തിയതിനുശേഷം ഞാൻ പഠി ക്ക്ണതൊക്കെ അവൾക്കും പറഞ്ഞ് കൊടുക്കും. കുട്ടിയെ മടിയിലിരുത്തി അവളത് കേൾക്കും. ഓള് കേൾക്കല് കാതോണ്ടല്ല കണ്ണോണ്ടാ.

കോമാവിന്റെ ചോട്ട്ന്നോ കാഞ്ഞിരമരത്തിന്റെ ചോട്ട്ന്നോ ആണ് പഠനം. അതോണ്ട് ആരും കാണൂലാ. ഇരുട്ടാകുവോളം ഞാനവളെ പഠി പ്പിച്ചു. ഹജ്ജുമ്മയുടെ വെള്ളത്തട്ട ദൂരെ തെളിഞ്ഞപ്പോൾ ഞങ്ങൾ കൊത്തംകല്ല് കളിച്ചു. ഞങ്ങൾ അമർത്തി ചിരിച്ചു. ഹജ്ജുമ്മ കോഴി ക്കൂട് അടച്ചോന്ന് നോക്കാൻ പോയി.

15

റമളാൻ

"മാസം കണ്ട് യാസീനോതി മൂസമൊല്ലാക്ക"

റമളാൻ മാസപ്പിറവി കണ്ടു. അത്താഴ സമയമറിയിക്കാൻ അറവന മുട്ടി ഇടവഴികളിലൂടെ നടക്കുകയാണ് അബ്ദുമൊയ്ല്യാരും ആൾക്കാരും. മക്കത്തെ സെന്റിന്റെ മണം ഞങ്ങളുടെ കുണ്ടമൂറീൽക്കും വരണ്ണ്ടോ. ഉമ്മയും ഞാനും അത്താഴം തിന്നാൻ എണീറ്റു. ചെമ്പിന്റെ അടീലെ ഇത്തിരി വറ്റും ഉപ്പുകല്ലും മാത്രം. ഉമ്മാന്റെ ചിറ്റ് വെട്ടി വിറ്റ പണംകൊണ്ട് ഉമ്മാമാന്റെ കണ്ണൂക്ക് കഴിച്ചു. ബാക്കിള്ള പണം റേഷനരി വാങ്ങി ത്തീർന്നു. ഇനി എങ്ങനെ റമളാൻ കഴിക്കംന്ന് ഉമ്മ നെടുവീർപ്പിടുന്നു. നട്ടപ്പാതിരാക്ക് തിന്ന് പരിചയംല്ലാഞ്ഞിട്ട് കാക്കാനിക്കാൻ വരുന്നു. ഉപ്പു കല്ലും കൂട്ടിയുള്ള അത്താഴം, ഞാനത് വാരിത്തിന്നു. പിന്നേയും ഉറങ്ങി.

സ്കൂളടച്ചത് കാരണം പ്രത്യേകിച്ച് ഒരു പണിയുമില്ല. ഞാൻ ചാള ക്കലേക്ക് നടന്നു. ചാണകം മണക്കുന്ന ചാളക്കലെ മുറ്റത്ത് കുന്താണി യിൽ നെല്ല് കുത്തുന്ന കൊലത്തി. കല്യാണിയും കുട്ടനും കൊറ്റനും ജാനുവും അമ്മ നെല്ല് കുത്തുന്നതും കാത്തിരിക്കുന്നു. നെല്ല് കുത്തി തവിട് തിന്നിട്ട് വേണം കഞ്ഞിവെക്കാൻ. കുത്തരിയുടെ കഞ്ഞി ചോന്ന് ചോന്ന് തിളക്ക്ണത് കാണാൻ നല്ല ചൊറ്ക്ക്ണ്ടാവും. കൊലത്തിക്ക് കിട്ടിയ കൂല്യാണ് നെല്ല്.

"ഉമ്മക്കുട്ടിക്ക് നോമ്പ്ണ്ടോ?"

ഞാൻ തല കുലുക്കി.

"ബാപ്പാന്റെ വല്ല വിവരുംണ്ടോ?"

ഇല്ലെന്ന് തലയാട്ടാൻ മാത്രല്ലേ പറ്റൂ.

ചാത്തൻ ഒരു ഉരുണ്ട ചക്കേം കൊണ്ട് വന്ന് മുറ്റത്തിട്ടു. എല്ലാവരും ചക്കയ്ക്ക് ചുറ്റും ഇരുന്നു. കുട്ടൻ അത് മുറിച്ചു. എല്ലാവരും തിന്നു. ഞാൻ

അത് നോക്കിയിരുന്നു. നോമ്പ് മുറിച്ചതെങ്ങാനും ഉമ്മ അറിഞ്ഞാൽ അത്താഴത്തിന് ഉപ്പ കൂട്ടി തിന്ന വറ്റ് എപ്പോഴോ ദഹിച്ച് തീർന്നിട്ടുണ്ട്. നേരം പത്ത് മണി ആയിട്ടൊള്ളൂ. ഇനി വൈകുന്നേരം ആയിക്കിട്ടണം. ചാളക്കലെ കെണറ്റിലെ വെള്ളത്തിന് നല്ല തണുപ്പുണ്ടാവും. കുടിക്കാൻ തോന്ന്ണ്. വേണ്ട നോമ്പ് വിടണ്ട. നോമ്പ് വിട്ടാലും കുടീലൊന്നും തിന്നാനില്ല.

ഞാനും കല്യാണീം പൊഴേൽക്ക് നടന്നു.

"കഞ്ഞി വേവുമ്പള്ക്കും പോരോണ്ടു. നേരം വൈകിച്ചാല് ഈ ചെക്കൻ നെന്റെ കഞ്ഞീം കൂടെ കുടിക്കും."

ഞാൻ കേട്ടത് അവന് വല്യ കൊറച്ചിലായ്.

കുട്ടൻ നാണം വന്ന് തല മാന്തി. ഞാനും കല്യാണീം താന്നിക്കാടിച്ചീന്റെ പുരവാതിൽക്കലൂടെ നാറ്റട്ടിയിലൂടെ നടന്നു. നോമ്പായത് കൊണ്ടാവാം കൈസാത്ത കൈതോല ചീന്തുന്നു. സൈനാത്ത വളയിട്ട കയ്യിൽ വെളിച്ചെണ്ണ തേക്കുന്നു. ബാപ്പാനെ പൊലീസ് കൊണ്ടുപോയതിനുശേഷം എന്നെ കാണുമ്പോ അവർക്ക് പാവമാണ്.

ഞാനും കല്യാണീം തോളിൽ കയ്യിട്ട് നടന്നു. ആയിശക്കുട്ടീണ്ട് നാറ്റട്ടീൽ തുമ്പീനെ പിടിക്കുന്നു.

"കുളിച്ചാൻ വര്ണ്ണ്ടോ ഇജ്?"

"നോമ്പ് നോറ്റ് മുങ്ങിക്കുളിച്ചാൽ നോമ്പ് മുറിയും പെണ്ണേ."

"ആരേ പറഞ്ഞു?"

"അദ്ദുമൊയ്ല്യാർ."

"അദ്ദ്യുമൊയ്ല്യാര് ആരാ? പടച്ചോനെ?"

"ബെറുതല്യ അന്റെ ബാപ്പാനെ പൊലീസ് കൊണ്ടോയത്. അദ്ദു മൊയ്ല്യാര് പറഞ്ഞത് നേരാ."

എനിക്ക് ഈറ പിടിച്ചു. ഞാനവളുടെ ചുരുളൻമുടി പിടിച്ച്വലിച്ചു.

"എന്താ അദ്ദുമൊയ്ല്യാര് ന്റെ ബാപ്പാനെപറ്റി പറഞ്ഞത് എന്താ?"

"അന്റെ ബാപ്പ സർക്കാരിന് എതിരാന്നും അതോണ്ടെന്നെ.......

അതോണ്ടെന്നെ കാഫിറാന്നും."

ഞാൻ അദ്ദുമൊയ്ല്യാരെ കുടീൽക്കോടി. കല്യാണി എന്റെ പിറകിലോടി വര്ണ്ണ്ട്. അദ്ദുമൊയ്ല്യാരെ അവ്ടെ എത്തുമ്പള്ക്കും എന്റെ തട്ടം പോയിരുന്നു. ചകിരിത്തുപ്പ്പോലെത്തെ തലമുടി മുഖത്തേക്ക് പാറി വന്നു. ഞാൻ ചവിട്ടിത്തുള്ളി അദ്ദുമൊയ്ല്യാരെ അവ്ടെ ഇല്ലിപ്പടി പിടിച്ചാട്ടിനിന്നു.

എല്ലാ കൊല്ലവും പെറ്ണ മൂപ്പരെ വീടര് ഇഴഞ്ഞ്കൊണ്ട് മുറ്റത്ത് വന്ന് കുത്തിയിരുന്നു.

"ന്തേയ് കുട്ട്യേ?"

"അദ്ദുമൊയ്ല്യാര് ഓട്ത്തു?"

"പള്ളിക്കൽക്ക് പോയി എന്തേ?"

"ന്റെ ബാപ്പ ജാഥ വിളിച്ചത് നാടിനും വേണ്ടീറ്റാ..... അതോണ്ടാ ന്റെ ബാപ്പ ജയിലിൽ കെടക്ക്ണത്........ അതോണ്ടെന്ന്യാ....... ഞങ്ങൾക്ക് പട്ടിണി കിടന്ന് നോമ്പെടുത്തതും.... ഇങ്ങക്കറ്യോ.... ഞങ്ങള്.... ഞങ്ങള് അത്താഴപ്പട്ടിണി കെടന്നാ ഇന്നലെ നോമ്പെടുത്തത്. ഞങ്ങളെ ബാപ്പ ണ്ടെങ്കിൽ.... ഇങ്ങളെ മാപ്പളനോട് പറഞ്ഞേക്കീൻ....." ഞാനവ്ടന്ന് കരഞ്ഞുകൊണ്ട് തിരിച്ചോടി പോന്നു.

എന്റെ തട്ടം പിടിച്ച് കല്യാണിയും. ഓടി ഓടി ഞാൻ പുഴയിൽ ചെന്ന് വീണു. ഉമ്മാമയുടെ കമ്പിളിപുതപ്പിനുള്ളിൽ ഉമ്മാമയോട് ചേർന്ന് കിടക്കുന്ന സുഖം തോന്നി, പുഴയിൽ കഴുത്തൊപ്പം വെള്ളത്തിൽ നിന്നപ്പം.

"സാരംല്ല..... സാരംല്ല.... ബാപ്പ വരും."

കല്യാണി മുങ്ങിപ്പൊങ്ങി കുളിക്കാൻ തൊടങ്ങി.

വെയിലിന് നല്ല ചൂട്ണ്ട്. വെള്ളത്തിനടിയിലെ തണുപ്പും മുകൾപ്പരപ്പിലെ ചൂടും. താഴെ കടവത്ത് ഉമ്മറാക്ക തോണി കുത്തുന്നു. പുഴയ്ക്കരികിൽ നീണ്ട നീണ്ട് വെള്ളരികൃഷീണ്ട് ഇക്കൊല്ലം. ഈ പൊരിവെയിലത്ത് കുളിക്കാൻ ആരുമില്ല. മൂഴിക്കലെ കുന്നിൻമേൽ ജിന്ന് പാർക്ക്ണുണ്ടോ ആവോ?

ഞാനും കല്യാണീം മുങ്ങാംകുഴിയിട്ട് കുളിച്ചു. അൻപതെണ്ണി മുങ്ങിപ്പൊങ്ങി ഞങ്ങൾ ചിരിച്ചു. കുളിച്ച് കുളിച്ച് കണ്ണ് ചോന്നപ്പം ഞാൻ പറഞ്ഞു.

"പോവാ."

"ഒരൊറ്റതവണേം കൂടി..... ന്നാ എണ്ണിക്കോ?"

"ബലാലേ അന്റൊരുപൂതി."

ഞാൻ സാവധാനം അൻപതെണ്ണി. യാതൊരനക്കവും ഇല്ല.

വെള്ളത്തിനടിയിലേക്ക് ഊളിയിട്ട ഞാൻ ഒന്നും കാണാതെ കുഴഞ്ഞു.

എന്റെ കല്യാണീ എന്നു ആർപ്പ് കേട്ട് ഉമ്മറാക്ക പുഴ നടുവിൽ ആളില്ലാത്ത തോണിയിട്ട് നീന്തിവന്നു. എന്റെ കണ്ണീരിനിടയിലൂടെ ഉമ്മറാക്കാന്റെ തോണി ഒഴുകി പോവ്ണത് ഞാൻ കണ്ടു. ഉമ്മറാക്ക ഓരോ തവണയും പൊങ്ങിപ്പൊങ്ങി. വെള്ളരിനട്ട പുഴവക്കിലൂടെ ഞാൻ മണ്ടിപ്പാഞ്ഞ് നടന്നു. താഴെ കൊസോരെ കടവത്ത് ഉമ്മറാക്ക കയ്യിലെടുത്തത് കല്യാണിയെ ആയിരുന്നു.

ഞാനാർത്ത് കരഞ്ഞു. കരഞ്ഞ് കരഞ്ഞെനിക്ക് ഒച്ചയില്ലാണ്ടായി. മുടിയിൽനിന്നും വെള്ളമിറ്റുന്ന കല്യാണി ഉമ്മറാക്കാന്റെ കയ്യിൽ കിടന്നു. വേച്ച് വേച്ച് ഞാൻ ഉമ്മറാക്കാന്റെ പിറകെ നടന്നു. മൂപ്പര് ഓടുകയായിരുന്നു.

ചാളക്കലെ മുറ്റത്ത് തലതല്ലിക്കരയുന്ന കൊലത്തി. മുറ്റത്തിനരികിലെ അടുപ്പത്ത് അവൾക്ക് പാർന്നവെച്ച കഞ്ഞി. താടികെട്ടി കല്യാണിയെ കീറപ്പായയിൽ കിടത്തിയിരിക്കുന്നു പുതയ്ക്കാൻ ഒന്നുമില്ല. അവൾ കണ്ണടച്ച് ചിരിച്ച് കിടക്കുന്നു. താൻ പൊരയിലേക്കോടി. ബാപ്പാന്റെ ഓട്ട വീണ ഒരേ ഒരു തുണി ഉമ്മ നീലം മുക്കി മടക്കിവെച്ചത് എടുത്തു. ഓടി ചാളക്കൽ വന്നു. കല്യാണിയെ പുതപ്പിച്ചു.

കൊലത്തി എന്നെ കെട്ടിപ്പിടിച്ച് കരഞ്ഞു.

ആയിശക്കുട്ടി കെണറ്റിൻ വക്കത്തിരിക്കുന്നു. സൽമ അനിയത്തിയെ ഒക്കത്ത് വെച്ച് നിൽക്കുന്നു. മഗ്‌രിബിനുള്ള നഗാര അടിച്ചു. ഉമ്മ എന്നെ തോണ്ടി.

ഞാൻ വിറച്ച്കൊണ്ട് ഉമ്മാന്റെ പിറകെ ചെന്നു. മധുരംല്ലാത്ത കട്ടൻചായ പാർന്ന് ഉമ്മ പറഞ്ഞു.

"നോമ്പ് തൊറന്നാളാ."

ഉമ്മാന്റെ മുഖം മഹാളി പിടിച്ചത് പോലെണ്ട്. കരിമംഗലം നെറച്ചുംണ്ട്.

കൈതോലപ്പായയിൽ പൊതിഞ്ഞ് കല്യാണിയേയുംകൊണ്ട് കീരനും വല്യചാത്തനും കുഞ്ഞനും കൊറ്റനും കോയിമെര്യാക്കയും കമ്പോണ്ടരും കൂടെ ചുടലപറമ്പിൽക്ക് പോണ്ണ്ട്. മുടിയഴിച്ചിട്ട് കൊലത്തി പാഞ്ഞ് വര്ണ്ണ്ട്. കൈസാത പിടിച്ചു ഞങ്ങളുടെ കോലായ്മല് കെടത്തി.

"കൊലത്ത്യേ മരിച്ചോർക്കൊപ്പം ജീവിക്ക്ണോര് പായൂലാ. ഇജ് അടങ്ങിനിക്ക്."

കൈസാത്താന്റെ എല്ലുന്തിയ കയ്യിൽകിടന്ന് കൊലത്തി കുതറി. എണ്ണപ്പെരുമാറ്റമില്ലാത്ത മുടിയിൽ നര.

"ഉമ്മക്കുട്ട്യേയ് ന്റെ കല്യാണി...... കഞ്ഞി കുടിക്കാണ്ട്യാണല്ലോ ന്റെ കുട്ടി പോയത്...... ന്റെ പടച്ചോനേ.........."

ഞങ്ങളെപ്പോലെ കൊലത്തീം വിളിക്ക്യാ പടച്ചോനെന്നാ...... "എല്ലരെ പടച്ചതും പടച്ചോനെന്ന്യാ ചെറ്മനോ പാണനേം നസ്രാണിനേം ഞമ്മളേം."

ഉമ്മാമ എപ്പളും പറയ്ണ ഒരു കാര്യാ അത്.

രാമേട്ടന്റെ നീട്ടിയുള്ള കൂവൽ...... "നായിന്റെ മക്കളേ....."

"അള്ളോ തീ പോലെ പൊള്ള്ണ്."

ഉമ്മ എന്റെ തല മടിയിൽവെച്ചു.

ഞാനപ്പോഴും കുളിക്കെന്നായിരുന്നു. കല്യാണീം ഞാനും മാത്രം. പുഴ ഉച്ച കാറ്റിൽ നീയ്യമണം. മൂഴിക്കലെ കുന്നിൽ ജിന്ന്. ഖബർസ്ഥാനിൽ അദുമാൻ. ബാപ്പ ബീഡിതെരക്കുന്നു. ഉമ്മാമ വടിയും കുത്തി നടക്കുന്നു. എന്റെ മുഖത്തേക്കാരോ ഊതുന്നു. എന്റെ കയ്യിൽ മന്ത്രിച്ച ചരട്. ചരടിന് മക്കത്തെ സെന്റിന്റെ മണം. അരയിൽ ഏലസ്.

"വീട്ടിൽ വന്ന ബലാവുകൾ ഇടങ്ങേറുകൾ മുസീബത്തും ബദ്രീങ്ങളെ ബറ്ക്കത്തിനാൽ ശിഫയാക്കണം യാറമ്പനാ."

എന്റെ മൊകത്തും മേത്തും പനിയുടെ പൊള്ള അരിച്ച് നടന്നു. മൂഴിക്കലെ കുന്നിലെ ജിന്ന് എന്നെ അമർത്തിപ്പിടിച്ചു.

16

ശിപായി

കറുത്ത ചരടിൽ ഒരു ചെറിയ ഏലസ് കഴുത്തിൽ. പിന്നെ രണ്ട് കൈമ്മലും മന്ത്രിച്ച ഓരോ നൂല്. മൂഴിക്കലെ ജിന്നിനെ ആട്ടിമണ്ടിക്കാൻ അത് മാത്രം മതിയെന്ന് അദ്ദുമൊയ്ല്യാര് ഉമ്മാനോട് പറഞ്ഞു. എന്നിട്ടും എനിക്ക് കല്യാണിയെ മാത്രം ഓർമ വന്നു. അവൾ കരയുന്നു. ചിരിക്കുന്നു. പോത്താഞ്ചേരിക്കാര്ടെ മാവിൻചോട്ടിൽ വീണുരുണ്ട് തല്ല് കൂടുന്നു. തോട്ടോള്യാക്കാന്റെ തൊടിയിൽ വരിവരിയായ് ഞങ്ങൾ കുന്തിച്ചിരിക്കുന്നു. ഒരുകോടി കാഞ്ഞിരപ്പൂവോണ്ട് ഒരു മാല കെട്ടി പാലപ്പൂകൊണ്ട് ഒരു ലോക്കറ്റ് കെട്ടി അവൾ ആകാശത്തിരുന്ന് ചിരിക്കുന്നു. ഞാൻ വീണ്ടും വീണ്ടും കരഞ്ഞു. എന്റെ പനി കൂടി. കമ്പോണ്ടര് എനിക്ക് പനി മരുന്ന് തന്നു. അത് കുടിച്ചപ്പം പനി നിന്നു. ഒരു പനിമണം മാത്രം ബാക്കിയായ്.

ഒരു പത്ത് മണിയായപ്പോൾ ശിപായി വന്നു. പുറത്ത് തൂക്കിയിട്ട മരക്കാലുള്ള വല്യകൊട ഞെരിയാണി വരെ കിടക്ക്ണ്ണ്ട്. അയാൾടെ മൊഖം ഉപ്പിലിട്ട മാങ്ങപോലെ ആയിരംവട്ടം ചുളുങ്ങിയിട്ടുണ്ട്. വന്നപാടെ ഒരു കട്ടിക്കടലാസെടുത്തു. പിന്നെ കയ്യ്യ്യാപ്പിടുന്ന ഒരു കുന്തം പുറത്തെടുത്തു.

"എവ്ടെ? തൊണ്ടിപ്പറമ്പിൽ പള്ളിമ എവ്ടെ? ഇവിടെ ഒപ്പിട്ടു."

"ഉമ്മാമ ഇല്ല."

"ങേ എവ്ടെ പോയി ഈ വയസ്കാലത്ത്? വടീം കുത്തി വിരുന്ന് പോയോ?"

വടി കുത്താതെയാണ് പോയതെന്ന് ഞാൻ പറഞ്ഞില്ല.

"ശിപായി പൊയ്ക്കോളീ. ഞങ്ങൾക്കിഞ്ഞി ആ കായിമേണ്ട" വാതിൽ പാളി മറഞ്ഞ് നിന്ന് ഉമ്മയാണ് അത് പറഞ്ഞത്.

"ശിപായി ആ കായി സർക്കാരിന് തന്നെ കൊടുത്തോളീ പെൻഷൻ കായിപോലും തടഞ്ഞെച്ച് ന്റെ ഉമ്മാമാക്ക് ഒരു പാൽചായപോലും കൊടുക്കാതിരുന്ന ആ സർക്കാരില്ലേ ആ സർക്കാരെടുത്തോട്ടെ ആ പൈസ. ന്നട്ട് അവര് പാൽചായ മേങ്ങി, കുടിച്ചോട്ടെ."

"ന്റെ ഉമ്മാമ മരിച്ച് പൊയ്ക്ക്ണ്."

ഞാനകത്തേക്കോടി ഉമ്മാമാന്റെ പഴയ മരക്കട്ടിലിൽ കിടന്നു. ചാരി വെച്ച കുണ്ടൻ വടിയെടുത്ത് ചേർത്ത് കിടത്തി. ഞാൻ കണ്ണ് തുറന്നപ്പോൾ ആയിശക്കുട്ടി എന്റെ കൂടെ കട്ടിലിൽ ഇരിക്കുന്നു.

"എന്തേയ്."

അവളും കമ്പോണ്ടരെപോലെ എന്റെ നെറ്റിയിൽ തൊട്ടു.

"മ്മളെ കറപ്പന്റെ ജാനുന് വയസറിയിച്ച കല്യാണാ ഇന്ന്. ചോറും കൂട്ടാനും കിട്ടും. മ്മക്ക് പോയാലോ?"

"പിന്നേയ് മറ്റെന്നാള് തൊട്ടിമക്കാർടെ അവ്ടെ ഒരു കല്യാണംണ്ട്. അയ്ന് ഇജ് വരോ?"

"ഞമ്മളെ വിളിച്ച്ക്ക്ണോ?"

"എനിക്ക് അവളെ കളിയാക്കാനാ തോന്നീത്. വിളിച്ച കല്യാണത്തിന് എന്നെങ്കിലും ഞമ്മള് പൊയ്ക്ക്ണോ? ഞമ്മളെ ആരെങ്കിലും, കല്യാണത്തിന് വിളിക്കോ? ഞമ്മള് പാവങ്ങളല്ലേ?"

"എല്ലാരും തിന്ന് കഴിഞ്ഞ് എല്ലും വറ്റും വാരി ഒടുല് ഒരു വെളമ്പല്ണ്ട്. വിളിക്കാത്തോർക്ക്ള്ളതാവും അത്. അതിന് ഞമ്മളെ പോലെ തന്നെ കുട്ട്യോള് ഉന്തും തള്ളും ആവും. കൊറേ കാലം ഞമ്മള് പോയില്ലേ അയ്നൊക്കെ. ഇനി ഞാൻ വരൂലാ. ബാപ്പ പറഞ്ഞിക്ക് അന്തസ്സ് വേണംന്ന്. മനുഷ്യരെപോലെ ജീവിക്കണംന്ന്. തൊട്ടിമക്കാർടെ അവ്ടെ മറ്റുള്ളോർടെ വറ്റും എല്ലും തിന്നാൻ ഞമ്മള് പോണ്ട ആയിശക്കുട്ട്യേ."

അവളുടെ കണ്ണ് പുറത്തേക്ക് തുറിച്ച് വന്നു. അവൾ അന്തംവിട്ടിരിക്കുന്നു. ഞാനവളുടെ കണ്ണിലേക്ക് നോക്കി. കൺപീലി നിറച്ചും ഈര്.

"ഞമ്മളെ വായക്കല്ലേം ചേമ്പിൻ തണ്ടും താളും തകരേം ചക്കക്കുരും വായക്കത്തോടും ഒക്കെ തിന്ന് ഞമ്മക്ക് അങ്ങട് കഴിഞ്ഞ് കൂടാം"

"ഞാൻ പോണ്."

അവൾ എഴുന്നേറ്റു. പറഞ്ഞാ മനസിലാവാത്ത ഒരു ജന്തു.

കൊറച്ച് കഴിഞ്ഞ് തിരിച്ചുവന്നു.

"പിന്നേയ് കാട്ടിലേയ് പാടം പൂട്ട്ണുണ്ട്. കട്ടക്കോൽ പെറ്ക്കാം. വര്ണ്ണ്ടോ? ഞമ്മക്ക് അടുപ്പ് കത്തിക്കാം."

എനിക്കും ഒന്ന് പുറത്തിറങ്ങണം. ഉമ്മ പൊഴേൽക്ക് പോയ തക്കത്തിന് പുറത്തിറങ്ങി. ഏലസ്സ് കുപ്പായത്തിനുള്ളിലാക്കി. കൈമൽ കെട്ടിയ നൂല് കേറ്റി കേറ്റിവെച്ചു. എന്നിട്ടും കീറിയ കുപ്പായകയ്യിലൂടെ നൂല് കാണാം.

തോട്ടോള്യാക്കാന്റെ തൊടിയിലൂടെ നാറ്റട്ടിയിലൂടെ കാട്ടിലേയ് പാടത്തെത്തി. കന്ന്പൂട്ടുന്നതിന്റെ ചെളിമണം. കന്ന് പൂട്ടുമ്പം മേലേക്ക്

പൊന്തിവരുന്ന വിറക് കൊള്ളികൾ. ആയിശക്കുട്ടി പറഞ്ഞത് പോലെ കട്ടക്കോല് പെറ്ക്കാൻ പാഞ്ഞ് നടക്കുന്ന കുട്ടികൾ. ചേടി മണ്ണിന്റെ നിറമുള്ള കട്ടക്കോൽ എന്നോ മണ്ണിൽ പുതഞ്ഞതാവാം. കന്ന് പൂട്ടുമ്പോൾ ഉറക്കം മതിയാക്കി പുറത്തേക്ക് വരുന്നതാവാം. എല്ലാ അടുപ്പുകളിലും തീയായ് കരിയായ് വെണ്ണീറായ് തീരാൻ വേണ്ടി. ഞങ്ങൾ കണ്ടത്തിലേക്കിറങ്ങി.

കന്ന് പൂട്ടുന്നവരുടെ പിന്നാലെ ഓടിനടന്ന് കട്ടക്കോൽ പെറ്ക്കി. എനിക്ക് വിരപോലത്തെ കൊറച്ച് കിട്ടി. ആയിശക്കുട്ടിക്ക് കുറെ കിട്ടി. അത് വാഴ നാരെടുത്ത് കെട്ടിവെച്ചു അവള്.

"കട്ടക്കോൽ നാറ്റട്ടീൽ പുല്ലിന്റെ ഉള്ളിൽ ഒളിപ്പിച്ച് വെച്ചിട്ട് ഞമ്മക്കേയ് വായക്കത്തോട് മേങ്ങാൻ പോവാം ട്ടൊ."

ഞങ്ങൾ നനഞ്ഞ പുല്ലിനുള്ളിൽ ഞങ്ങൾക്ക് കിട്ടിയ ചെറുതും വലുതുമായ രണ്ട് കെട്ട് വിറക് കൊള്ളികൾ ഒളിപ്പിച്ച് വെച്ചു. പാടവരമ്പത്തൂടെ ചെറുപുഴയിലേക്ക് നടന്നു. ചെറുപുഴയിൽ മുട്ടിനൊപ്പം വെള്ളമേ ഉള്ളൂ. താഴെ എന്റെ കല്യാണിയെ കൊണ്ടുപോയ ഞങ്ങളുടെ പുഴ ഒന്നും അറിയാത്തത് പോലെ ഒഴ്ക്ണുണ്ട്. അതിനും താഴെ കടവത്ത് ഉമ്മറാക്ക തോണീടെ അറ്റത്ത് നിൽക്കുന്നത് ചെറ്തായി കാണാം.

മുളങ്കാടുകൾ തൂങ്ങി നിൽക്കുന്ന ചെറുപുഴയിലെ വെള്ളത്തിന് എപ്പളും നല്ല തണുപ്പാണ്. പരൽ മീനുകൾ ഞങ്ങളുടെ തുടയിലൂടെ ഇക്കിളിയാക്കി കൂട്ടത്തോടെ കടന്നുപോയ്. ഞങ്ങൾ പാവാട ആവോളം പൊന്തിച്ച് നടന്നു. ചെറുപുഴയുടെ അക്കരയാണ് കായ പൊരിക്ക്ണ സ്ഥലം. വായക്കത്തോട് വെറുതെ കിട്ടും. അതിന് തന്നെ കാത്ത് നിൽക്കണം. നല്ല തെരക്കാവും.

വെളിച്ചെണ്ണയിൽ ഗ്ലുംഗ്ലുംന്ന് തിളക്ക്ണ മഞ്ഞവട്ടങ്ങൾ. കാണാൻ എന്ത് രസം. തിന്നാനോ അതിലുമേറെ രസമാവും. ഒരിക്കലും ഒന്ന് കിട്ടൂലാ. പിന്നെ കിട്ടാനൊരു സൂത്രംണ്ട്. മാറിലെ അരിനെല്ലിക്കകൾ പിടിച്ച് തിരുമ്മാൻ നിന്ന് കൊടുത്താൽ ഉള്ളം കയ്യിൽ അഞ്ചാറ് ചൂടുള്ള മഞ്ഞവട്ടങ്ങൾ വെച്ച്തരും. വേണ്ട മണം പരത്ത്ണത് കിട്ടാൻ മാറ് വേദനിക്കണ്ട.

"അധ്വാനിക്കാതെ സമ്പാദിക്കരുത്" ബാപ്പ എപ്പളും പറയും.

ചെറുപുഴ ഇറങ്ങി ഞങ്ങൾ ചെല്ലുമ്പെഴേ കണ്ടു. നല്ല തിക്കും തിരക്കും. കായ പൊരിക്ക്ണ ഷെഡിൽ നെറച്ചും കുട്ടികളാ. വരിവരിയായ് നിൽക്ക്ണ്ണ്ട്. ഞങ്ങൾ ആ വരിയിൽ അവസാനം പോയ് നിന്നു.

"ഇപ്പൊളൊന്നും വായക്കത്തോട് കിട്ടൂല" ആയിശക്കുട്ടിക്ക് ഈറ പിടിക്ക്ണ്ണ്ട്.

"എത്തറപോരും ആളാണ്. ഈ ആൾക്കാർക്ക് കുടീല് കുത്തിര്ന്നൂടേ. കട്ടക്കോൽ പെറ്ക്ക്ണോട്ത്തും റേസൻ പീട്യേലും, ചന്തേൽ ഒണക്കല് പെറ്ക്ക്ണോടത്തും, വായക്കത്തോട് മേങ്ങ്ണോട്ത്തും........ പണ്ടാരങ്ങള്."

അവൾ എല്ലാരേം പ്രാകി.

നേരം കുറഞ്ഞ് കുറഞ്ഞ് വന്നു. മഗ്‌രിബിന്റെ നഗാര അടിച്ചു. ഞങ്ങൾക്ക് കിട്ടിയ വായക്കത്തോടും തലയിൽവെച്ച് ഞങ്ങൾ ചെറുപുഴയിലേക്കിറങ്ങി. മുളങ്കാട് മെല്ലെ പാട്ട് പാട്ണുണ്ട്. സൂര്യനെ കാണാനേ ഇല്ല. പുഴവെള്ളത്തിന്റെ ഞൊറിമുകളിൽ ചോപ്പ്. മാനത്താകെ ചോപ്പ്. ചെഞ്ചായം വാരി വിതറിയിട്ട് ഈ സൂര്യൻ എന്തേ ഈ നേരത്തെ പോയത് ആവോ?

പുഴക്കരയിലെ പൂഴിപ്പരപ്പ്. കാലുകൾ കുഴഞ്ഞ് പോവുന്നു. പൂഴിയിലൂടെ ഞങ്ങൾ ആഞ്ഞ് നടന്നു. എവ്ടെ നിന്നാണെന്നറിയില്ല ഒരു കറുകറുത്ത പശു ഓടി വന്നു. എന്നെ കുത്തിമറിച്ചിട്ടു. വായക്കത്തോട് വായിലാക്കി. ഞാൻ മണൽനിറഞ്ഞ കണ്ണുമായ് എണീറ്റപ്പോൾ കണ്ടു. ആയിശക്കുട്ടി പാഞ്ഞ്പോവുന്നു കോമരംപോലെ.

പശു വായക്കത്തോടിന്റെ കുറ്റിയും നക്കിത്തിന്നു. കൺമഷിയിട്ട കണ്ണോണ്ട് എന്നെ നോക്കി.

ഞാൻ പുഴവക്കത്തൂടെ കൈയും വീശി നടന്നു. കഴുത്തിൽ കിടന്ന ഏലസൂരി പുഴയിലേക്ക് വലിച്ചെറിഞ്ഞു. കയ്യിലെ നൂലും അറ്റിച്ച് വലിച്ചെറിഞ്ഞു. ജിന്നും ഇഫ്‌രീത്തും ഇനി എന്നെ പിടിക്കാണെങ്കി പിടിക്കട്ടെ. അല്ലെങ്കിൽ അവ എന്നെ കണ്ട് പേടിച്ചോട്ടെ. എനിക്കിനിയും കൊറേ നടക്കാനുണ്ട്. ഒറ്റക്ക് നടക്കുമ്പോൾ കിഴക്കനാകാശത്ത് പതിനാലാം രാവ് ഉദിച്ച് നിൽക്കുന്നു. മണമുള്ള കാറ്റ് എന്നെ കടന്നുപോവുന്നു.

"ദിക്ക്റെട്ക്ക്ണ ഫക്കീറമ്മാരിക്ക്
ചക്കര ചോറ് തീമ്മേൽ
പായിട്ടൊറങ്ങണ പാതിരാക്ക്
ലാഇലാഹ ഇല്ലള്ളാഹ്"

ആ നിലാവിൽ പ്രാന്തൻ അദുമാൻ പുഴവക്കത്ത് ചൂണ്ടയിടുന്നു.

17

പാലം

"**ഞ**മ്മളെ പൊയേന്റെ മോളിൽ കൂടെ ഒരുപാലം വരാൻ പോണ്."

മൊലക്കച്ചി കെട്ടി കുളിക്ക്ണ പെണ്ണ്ങ്ങൾ പറഞ്ഞു പാലംവന്നാൽ പിന്നെ സൊകായി.

എനിക്ക് ഉമ്മാറാക്കാനെ ഓർമ വന്നു. കല്യാണി മരിച്ച അന്ന് ഉമ്മാറാക്കാന്റെ തോണി താഴോട്ട് ഒഴുകിപ്പോയതാ. പിന്നെ ആ തോണി എന്തായ് ആവോ?

"പടച്ചോനെ പാലം വന്നാൽ പിന്നെ ഉമ്മറാക്ക എന്താ കാട്ട്വാ?" കുളിക്കടവിന്റെ താഴ്ഭാഗത്തൂടെ ഉമ്മറാക്ക ചിരിച്ചുകൊണ്ട് തോണി കുത്തുന്നു. ഞാൻ താഴെ കടവിന്റെ അങ്ങോട്ട് വെള്ളരി നട്ട പുഴവക്കിലൂടെ നടന്നു. കുഞ്ഞിവെള്ളരിക്കകൾ പള്ള നിറച്ചും പുള്ളിപൂശി മലർന്ന് കിടക്കുന്നു. കല്ല് കെട്ടിതൂക്കിയിട്ടും പടവലം കാറ്റത്താടുന്നു. നീണ്ടു നീണ്ടുപോയ മത്തൻ വള്ളിക്ക് അറ്റത്ത് വലിയ മത്തങ്ങ. കൈപ്പന്തലിൻ പച്ചപ്പ്. കാറ്റിലാകെ അപ്പൂപ്പൻതാടികൾ. എനിക്ക് പാട്ട് പാടണമെന്ന് തോന്നി.

കടവിൽ ഉമ്മറാക്ക മാത്രം. അണ്ടിപ്പാലിന്റെ മണം തോണിക്ക്.

"ന്തേയ്?"

തലക്കെട്ട് കഴിച്ച് കുടഞ്ഞ് ബീഡിക്കുറ്റി വലിച്ചെറിഞ്ഞ് ഉമ്മറാക്ക എന്നെ നോക്കി ചിരിച്ചു. ഞാൻ ഉമ്മറാക്കാന്റെ അടുത്തിരുന്നു. ഉമ്മറാക്കാക്കും ബാപ്പാക്കും ഒരേ മണം. സ്നേഹത്തിന്റെ മണം. ഞാൻ ഉമ്മറാക്കാനെ തന്നെ നോക്കിയിരുന്നു.

"പാലം വന്നാൽ ഇങ്ങളെന്താ കാട്ട്ണ?"

ഉമ്മറാക്ക ഉറക്കെ ചിരിച്ചു. വെളുത്ത മൊകത്ത് ചോരപ്പശ. പല്ലുകൾ കല്ലുപ്പ്പോലെ വെളുത്ത്....... വെളുത്ത്.

"ഇതാപ്പോ നന്നായേ."

"എന്തേപ്പം അങ്ങനെ ചോയ്ക്കണെത്?"

എനിക്കാകെ ബേജാറായി.

"പാലം വന്നാ ഞാൻ പാലത്ത്മക്കൂടെ നടക്കും. ന്നട്ട് പാലത്തിന്റെ ഏറ്റവും മോള്ന്ന് ഞമ്മളെ പൊയേനെ നോക്കും. പത്ത്നാപ്പത് കൊല്ലം കടവ് കുത്തി ആൾക്കാരെ അക്കരീം ഇക്കരീം കടത്തീണ് ഞാന്. ഈ പൊയക്ക്ന്നെ അറ്യാം. ന്റെ കിനാവും കണ്ണീരും ഈ പൊയേൽണ്ട്. ന്റെ നബീസു ന്നെ ഇട്ട് പോയതും ഈ പൊയ കടന്നാ."

ഉമ്മറക്കാന്റെ കണ്ണ് ചോന്ന് വന്നു. ചോരപ്പശ കനത്തു. പൊഴക്കാറ്റ് മരത്തിലേക്ക് പാറിപ്പോയ്. ഉമ്മറാക്ക എന്നെ നോക്കി ചിരിച്ചു.

"ന്നാലും പാലം വരണം. പൊയ കുത്തിമറിഞ്ഞ് കലങ്ങി ചോന്ന് ഒയ്ക്ണ കാലത്ത് സൂക്ളില് പോവാത്ത കുറെ കാട്ട്യോള്ണ്ട് അക്കര മേല്. പാലം വന്നാല് അക്കുട്ട്യോള് പാലത്ത്മക്കൂടെ നടന്ന് പൊയ്ക്കോളും. ഓരൊക്കെ പടിക്കട്ടെ. പടിച്ച് പടിച്ച് തുക്ക്ടിസായ്പന്മാരാവട്ടെ."

ഉമ്മറാക്ക വീണ്ടും വീണ്ടും ഒറക്കെ ചിരിച്ചു. എനിക്ക് പേടിയായ്.

"ഉമ്മറാക്കാ എന്തേയ്ന്ന് ഇങ്ങക്ക്.......?" കടത്തുവഞ്ചി കടക്കാൻ ആൾക്കാര് വന്നപ്പം ഉമ്മറാക്ക എണീറ്റു.

"പൊയ്ക്കോ..... നല്ല മയക്കാറ്ണ്ട്. ഇക്കൊല്ലം നേരത്തെ പെയ്യ്യൂന്നാ തോന്ന്ണത്."

ആകാശം ഇരുട്ട് മൂടി. പുഴയ്ക്ക് മേൽ കാറ്റ് പാറിപ്പറന്നു. പലതും പുഴയിലേക്ക് ഊതി. വലിയ മഴത്തുള്ളികൾ എന്റെ മേലേക്ക് ആലിപ്പഴ മെറിഞ്ഞു. ഇടവഴിയിലാകെ മണ്ണിന്റെ കൊതി മണം. സൽമയും അനിയത്തിയും ഇടവഴിയിലൂടെ ഓടി വര്ണ്ണ്ട്.

"ഇന്ന് അലക്കാൻ തുണി കൊറവാണല്ലോ?"

"ഹജ്ജുമ്മ പിന്നേം ഹജ്ജിന് പോയി. അതോണ്ട് അതും ഇതുമൊന്ന് പെറുക്കി തന്നിട്ടില്ല."

"ഞമ്മക്ക് പടിക്കേണ്ടേ?"

സൽമേന്റെ അനിയത്തിയാണ് അത് ചോദിച്ചത്.

ഞങ്ങളെല്ലാവരും ഉറക്കെ ചിരിച്ചു. മഴ പുഴവെള്ളത്തിലേക്ക് കോരിച്ചൊരിഞ്ഞു. ഞങ്ങൾ നനഞ്ഞ് കുളിച്ചു. സൽമ തുണി കല്ലിലടിച്ചു. അനിയത്തി അടുത്തിരുന്നു. മൂഴിക്കലെ കുന്നിൽനിന്നും പാൽചായ നെറത്തിലുള്ള വെള്ളം പുഴയിലേക്കൊഴുകി വന്നു. ഞാൻ ഇടവഴിയിലൂടെ ഓടി.

ഇടവഴിയുടെ അറ്റത്തെ അദ്ദുമൊയ്ല്യാരുടെ അവ്ടന്ന് കൂട്ടക്കരച്ചിൽ. പത്താമത്തെ പേറാ.

കൈസാത്ത പറയ്ണ്ണ്ട്.

"എത്രവട്ടം വന്നതേയ്രുന്നു മിഡൈഫ്. ന്നട്ടും പേറ് നിർത്തീലാ, പടച്ചോൻ തര്ണതല്ലേ കൈനീട്ടി മേങ്ങാംന്ന് പറഞ്ഞ്. ഇപ്പം എന്തായി തള്ളേം പോയി പുള്ളേം പോയി."

മഴ കലിതുള്ളി പെയ്താർക്കുന്നു.

“മയ്യ്യത്ത് കെടത്തിയ സ്ഥലും ചോര്ണ്ണ്ട്.” ഉമ്മ ഒറ്റക്ക് പറയ്ണ്.

“ആ പാവം ആ പള്ളേം വലിച്ച് ആ കുട്ട്യോളേം നോക്കി ആടിനേം കോയിനേം നോക്കി കെട്ടിമേയാത്ത ആ പൊരേല് ഓള് പാവം.....”

“ഇഞ്ഞി മക്കളെ ആര് നോക്കും?” ഉമ്മ ഒരു സംശയവും ഇല്ലാതെ പറഞ്ഞു:

“മൂപ്പര് വേറെ കെട്ടും.”

18

മുറിപ്പാടുകൾ

രാത്രി. മഴ ഞങ്ങളെ പൊരക്ക് മോളിൽ മാത്രം പെയ്യ്യാണോ? അത്രേം വെള്ളം കോരിക്കോരി ഒഴിക്യാണ്. പാത്രങ്ങളൊക്കെ ചോർണോട്ത്ത് വെച്ചു. ഉമ്മാമയുടെ കട്ടിലിൽ ഞാനും ഉമ്മയും കൂട്ടിപ്പിടിച്ചിരുന്നു.

വാതിലിൽ ആരോ മുട്ടുന്നു.

ഉമ്മ ചിമ്മിനിയുടെ തിരിനീട്ടി.

"ആരാ?"

"ഞാനാ മറിയംമ്പീ വാതിൽ തൊറക്ക്."

ഉമ്മ ചാടിയെണീറ്റ്. ബാപ്പ. എന്റെ ബാപ്പ വന്നു. എനിക്കത് ആളോട്ടിപ്പാറമേൽ കേറി വിളിച്ച് പറയണമെന്ന് തോന്നി. മുടി പറ്റെ വെട്ടിയ ബാപ്പയുടെ മൊകത്ത് എന്തോ ഒരു മാറ്റം. ബാപ്പ എന്നെ ചേർത്ത് പിടിച്ചു. ബാപ്പാക്കിപ്പോൾ പഴയ മണമില്ല.

"സ്കൂളില് പോവാറില്ലേ..... അതോ ലോകം കണ്ട് തെണ്ടി നടക്കാ ഇപ്പളും?"

ഞാനൊന്നും മിണ്ടിയില്ല. ബാപ്പാക്ക് കൊടുക്കാൻ കഞ്ഞി ഇല്ലാത്തത് കൊണ്ടാവാം ഉമ്മ പൊട്ടിക്കരയുന്നു.

"മറിയംമ്പീ എനിക്ക് പയ്ക്ക്ണില്ല."

ഇത് വരെ കേൾക്കാത്ത ഒരൊച്ചയിൽ ബാപ്പ ചൊമച്ചു. പേട്യാവ്ണ ഒച്ച. വളഞ്ഞ് കുത്തി കുറേ നേരം ചൊമച്ചു. ഉമ്മ പുറമുഴിഞ്ഞു കൂടെയിരുന്നു. കൊടുങ്കാറ്റ് തീർന്നപോലെ പിന്നെ എല്ലാം പതുക്കെയായ്. ഞാനും ഉമ്മയും ബാപ്പയെ കൂട്ടിപ്പിടിച്ച് കരഞ്ഞു.

ബാപ്പ ഉമ്മാമയുടെ കട്ടിലിലേക്ക് വെറുതെ നോക്കിയിരുന്നു. തുപ്പക്കോളാമ്പീം കുഞ്ഞു ഉരലും വടിയും കാല്മപ്പെട്ടീം നോക്കി മിണ്ടാതിരുന്നു. മിണ്ടുമ്പോഴേക്കും ചൊമവരുന്നു.

രാമേട്ടൻ പെരുംമഴയത്ത് നായിന്റെ മക്കളേന്നും വിളിച്ച് പോവുന്നു. രാമേട്ടന്റെ വിളി എന്നെ ചിരിപ്പിക്ക്ണതാണ് എന്നും. പക്ഷേ ഇന്ന് വയ്യ്യാ. ഇന്നെനിക്ക് ഒന്നും കേൾക്ക്ണില്ല. ബാപ്പാന്റെ ചൊമയുടെ കനം നിറഞ്ഞ ഒച്ച എന്റെ തൊണ്ടയിലിരുന്ന് കുറുകുന്നു.

എന്റെ ബാപ്പ ഈയെമ്മസ്സബു. തൊഴിൽ ബീഡിതെരപ്പ്. അടയാളം കാലിൽ മുള. പുതിയ ഒരു അടയാളവും കൂടി. ഒരൊറ്റ ചൊമകൊണ്ട് ആളോട്ടിപ്പാറേന്റെ ഇക്കരെയുള്ള മുഴുവൻ മനുഷ്യരേയും കേൾപ്പിക്കാനാവുന്നവൻ. ആറിലെ പാലത്തിൽ ഞളുങ്ങിയ പാത്രത്തിൽ കഞ്ഞി കുടിക്കുന്നു ലെനിൻ. ഈയെമ്മസ്സബുന് കഞ്ഞിയുമില്ല.

രാവിലെ നേരത്തെ എണീറ്റ ഞാൻ ബാപ്പയെ തെരഞ്ഞു. ഉമ്മറപ്പടിമേൽ നിന്ന് കണ്ടത് ബാപ്പയുടെ പുറമാണ്. പുറത്ത് നിറച്ചും മുറിപ്പാടുകൾ. എല്ലിന്റെ വരകൾ തെളിഞ്ഞ് കാണാം. ഞാനവ തൊട്ടു.

"പോലീസടിച്ചതാ?"

ഞാൻ സങ്കടത്തോടെ ചോദിച്ചു. ബാപ്പ ചിരിച്ചു. കൊലത്തി കൊറച്ച് കുറിയരിയുംകൊണ്ട് വന്നു.

"അബുമാപ്പ്ളേ"

കൊലത്തി വിങ്ങിപ്പൊട്ടുന്നു.

"പടച്ചോനെ ഇതെന്തൊരു കോലം?" കുഴിയിലായ കണ്ണുകൾ നോക്കി കൊലത്തി വീണ്ടും കരഞ്ഞു.

"കൊലത്തി ഇരിക്കി."

കൊലത്തി നിലത്തിരുന്നു. നിറഞ്ഞ കണ്ണോടെ ബാപ്പാനെ നോക്കി. പടച്ചോനെ നോക്ക്ണത് പോലെ. ബാപ്പ ചൊമച്ചു. ഞാൻ ഉമ്മാമാന്റെ തുപ്പൽ കോളാമ്പി നീട്ടിപ്പിടിച്ചു. ബാപ്പ തുപ്പി. ചോര.

ആറ്റിയ കുറച്ച് കഞ്ഞിവെള്ളം ബാപ്പ ഊതിക്കുടിച്ചു വിയർത്തു.

"അബുമാപ്പളേ ന്റെ കല്യാണി പോയി."

കൊലത്തി പറയ്ണത് കേട്ട് ബാപ്പ വ്യസനത്തോടെ ഇരുന്നു.

"സാരമില്ല കൊലത്തീ........ ഓരോ കാലത്ത് ഓരോരുത്ത് പോവും സമാധാനിക്ക്."

ബാപ്പാക്ക് ഒന്നും പറയാനാവ്ണില്ല.

"ബാപ്പാനെ കാണാന് ആരോ വര്ണ്ണ്ട്."

ഞാനും കൊലത്തിയും എണീറ്റു. "പൊഴേന്റെ അക്കരന്നാ"

വന്നവര് പറഞ്ഞു.

"മോളേ കൊറച്ച് കട്ടൻ ചായ എട്ക്കാൻ പറീ."

ബാപ്പ എന്നെ നോക്കി. കട്ടൻചായണ്ടാക്കാൻ ചായപ്പൊടീം സർക്കരപ്പൊടീം ഇല്ലാന്ന് ഇൻക്കും ബാപ്പാക്കും നല്ലോണം അറ്യാം ന്നട്ടും.

"വേണ്ട, ഞങ്ങൾ മക്കാനീന്നൊരാപ്പ് കുടിച്ചിക്ക്ണ്. ഞങ്ങൾക്ക് സഖാവിനെ ഒന്ന് കണ്ടാൽ മാത്രം മതി."

"ഹാവൂ........" എനിക്ക് സമാധാനം തോന്നി. അല്ലെങ്കിൽ എന്റെ മാനവും പോവും. ഞാൻ അരതിണ്ട്മലിരുന്നു. അവര് പറയ്ണതൊന്നും

തിരിയാതെ നഖം കടിച്ചു. ചൊമച്ചും വർത്തമാനം പറഞ്ഞും ബാപ്പ ഇരുന്നു.

'കുഞ്ഞാക്കാ'ന്നും വിളിച്ച്കൊണ്ട് അലീമമ്മായി കോലായ്മലേക്ക് ഓടി വന്നു. തലേൽ ഒരു ചാക്ക്കെട്ട്. അമ്മായി ബാപ്പാനെ കൂട്ടിപ്പിടിച്ച് കരഞ്ഞു. ബാപ്പാന്റെ മൊകത്തും വ്യസനംപുരണ്ട ഒരു ചിരിയുണ്ട്. അമ്മായിന്റെ എല്ലാമാണ് ബാപ്പ.

ബാപ്പ വളഞ്ഞ് കുത്തി ചൊമച്ചു. തുപ്പുന്നത് മുഴുവൻ ചോര. ആൾക്കാര് ബാപ്പയെ കൈപിടിച്ച് അകത്ത്ക്ക് കൊണ്ടുപോയി. ഉമ്മാമാന്റെ കട്ടിലിൽ കിടത്തി. തുളവീണ കരിമ്പടംകൊണ്ട് പുതച്ചു. അമ്മായി നെഞ്ച് തിരുമ്മി കൊടുത്തു. ഉമ്മ കഞ്ഞി ആറ്റി ബാപ്പയെ കുടിപ്പിച്ചു.

രാമേട്ടൻ വന്നു. കള്ള് കുടിക്കാതെ. കള്ള് കുടിക്കാത്ത രാമേട്ടൻ ബാപ്പയുടെ കൈ പിടിച്ചു. രണ്ട് ഇളനീർ ബാപ്പയുടെ കാൽച്ചോട്ടിൽവെച്ചു. മുന്തിരിനിറമുള്ള പുറംകാലിലെ തഴമ്പ് കറുത്തിരിക്കുന്നു. രാമേട്ടന്റെ നെഞ്ചിലെ രോമം നരച്ചിരിക്കുന്നു.

"രാമാ......"

രാമേട്ടൻ തലതാഴ്ത്തി എറങ്ങിപ്പോയ്. ഇല്ലിപ്പടികടന്നപ്പം കണ്ണ് തുടക്ക്ണത് ഞാൻ കണ്ടു. ബാപ്പ ഉറങ്ങുമ്പളാ കോയിമെര്യാക്ക വന്നത്. ഏറെനേരം നോക്കിനിന്നു. നെഞ്ചിൻകൂടിൽ കഫം കുറുകുമ്പോൾ കോയിമെര്യാക്കാന്റെ മുഖം വലിഞ്ഞു. കുഞ്ഞിപ്പാത്തു മരിച്ചേയ്ന് ശേഷം കോയിമൊര്യാക്ക ഒന്നും മിണ്ടാറില്ല. ചെവീന്നൊലിക്ക് ബഷീറും റഷീദും കൽസുവുമൊക്കെ ഇന്നാളൊരീസം പൊട്ട് തൊട്ട് നിൽക്ക്ണത് കണ്ടിരുന്നു. അമ്മാളു ഏടത്തിന്റെ ഓരോ പ്രാന്ത്! അമ്മാളു ഏട്ത്തി അയ്റ്റനേം കൂട്ടിപിടിച്ചതെ കിടപ്പ്. ഇന്ക്ക് ആലോചിച്ചപ്പം തന്നെ ഓക്കാനം വന്നു. ചെവീന്നൊലിക്ക്ണേന്റെ മണം. ഓ........

രാത്രി കമ്പോണ്ടര് വന്നു. മഞ്ചേരി ആസ്പത്രീന്ന് നേരത്തെ വരാത്രെ. കമ്പോണ്ടരെ എപ്പളും ഡെറ്റോള് മണക്കും. കമ്പോണ്ടരുടെ കൃതാവ്മേൽ നരവീണിരിക്കുന്നു. ബാപ്പയുടെ കൈപിടിച്ച് കുറെ നേരം മിണ്ടാതിരുന്നു.

"നാളെ അതിരാവിലെ മഞ്ചേരി ആസ്പത്രീൽക്ക് പോവാം. അഞ്ച് മണിക്ക് തൃശൂർക്കുള്ള ഒരു രാജ് ബസുണ്ട്. രാവിലേക്കൊരുങ്ങിക്കോളൂ. ഇന്നാ ഞാനങ്ങട്."

ഡെറ്റോളിന്റെ മണം അകന്നുപോയ്. ഓട്ടിൻപുറത്തേക്ക് മഴ ചരൽക്കല്ലെറിഞ്ഞു. ആളോട്ടിപ്പാറേന്റെ അവ്ടന്ന് തന്നെ രാമേട്ടന്റെ വിളി കേൾക്ക്ണ്ണ്ട്. ഞങ്ങൾടെ പടിക്കലെത്തിയപ്പോൾ നിന്നു. കുഴഞ്ഞനാവ് കൊണ്ട് "ലായ് സലാം സഹാവെന്നാ രാമൻ പോട്ടെ" പിന്നേയും കൂവൽ.

രാമേട്ടൻ മഴത്തുള്ളികളറിയാതെ ഒരു തീയ്യമണവുംകൊണ്ട് കുടീൽ ചെന്ന് കേറുമ്പോ അരീന്റേം പരിപ്പിന്റേം പൊതി സുഭദ്രയുടെ അമ്മയുടെ നേർക്കെറിയും. അത് പിടിച്ചെടുത്തില്ലെങ്കിൽ പിന്നെ കേൾക്കാം പൂരം.

പിറ്റേന്ന് സുഭദ്രയുടെ അമ്മ കുളിക്കടവില് വരുമ്പോ കാറ് പിടിച്ച ഇരുമ്പ് പോലെണ്ടാവും വെളുത്ത പൊറം.

കാറ്റിൽ പടുതിരി കത്തിയ പാനീസ് വിളക്ക് കെട്ടു. എന്നിട്ടും ഇരുട്ടിനെ നോക്കി വെളിച്ചത്തിന്റെ ഒരു പൊറ്റ കുറച്ച് നേരം മിന്നി. ഉമ്മാന്റെ നെടുവീർപ്പുകൾ മാത്രമേ പിന്നെ ഞാൻ കേട്ടുള്ളൂ.

19

കഷായം

സുബ്ഹിന്റെ നഗാര അടിച്ചപ്പോൾ കമ്പോണ്ടര് വന്നു. നീലം മുക്കി പാണ്ടുകളായ വെള്ളക്കുപ്പായവും കൽക്കുത്തനെ ഓർമ വരുന്ന തുന്നലുള്ള തുണിയുമുടുത്ത് ബാപ്പ കമ്പോണ്ടരുടെ പിന്നാലെ നടന്നു. കാലിലെ മുള പഴുത്തിട്ടുണ്ട്.

തേഞ്ഞ ഫിഷർ ചെരുപ്പിന് നീലക്കുത്തുകൾ. ചരൽക്കല്ലുകളിൽ ചവിട്ടി നടക്കാൻ നന്നെ ബുദ്ധിമുട്ട്ണ്ണ്ട് ബാപ്പ. കമ്പോണ്ടർക്ക് കാലിൽ കറുത്ത ഷൂസുണ്ട്. ബാപ്പാക്ക് നല്ല ഒരു ചെരിപ്പ് കിട്ടീര്ന്നെങ്കില്.....

അവരുടെ പിന്നാലെ ഞാനും നടന്നു. തലേന്ന് പെയ്ത മഴയിൽ കുതിർന്ന് കിടക്കുന്ന കാഞ്ഞിരപ്പൂവുകൾ. ചായ മക്കാനീലെ സമാവാറ് ചൂടായി വരുന്നേ ഉള്ളൂ. ഞാൻ ആളോട്ടിപ്പാറമേൽ കയറി നിന്നു. അങ്ങാടിയിൽ നിന്നും തൃശൂർ ബസിന്റെ ഒച്ച കേൾക്ക്ണ്ണ്ട്.

കൊറേ മുമ്പൊരു ദിവസം കാട്ടിലേയ് പാടത്തെ ചെയ്ത്താൻ കുന്നിന്റെ മോളിൽ ബാപ്പേം ആൾക്കാരും കെട്ടിയ കൊടി പാറുന്നു. ആ കൊടി എന്റെ ബാപ്പയാണ്. എന്റെ ബാപ്പയുടെ ചോരയും നീരും ചേർന്നതാണ് ആ കൊടി.

തൊട്ടിമക്കാർടെ പാടത്തിനരികിൽ കെട്ടിയ നീണ്ട വേലിയിൽ നെറച്ചും തുമ്പികളുറങ്ങുന്നു. മദ്രസയിൽ പോണ കുട്ടികൾ ഓരോന്നിനേം പിടിച്ച് കല്ലെടുപ്പിക്കുന്നു. എത്ര തുമ്പികളെ ഞാനും കല്ലെടുപ്പിച്ചിട്ടുണ്ട്. ചിറകുകൾ കുഴഞ്ഞ് അത് സങ്കടത്തോടെ നോക്ക്ണത് വരെ കല്ലെടുപ്പിക്കും. ഇപ്പളോർക്കുമ്പം സങ്കടം വരുന്നു.

ആളോട്ടിപാറമേൽക്ക് സൂര്യൻ വര്ണേ ഉള്ളൂ. ഇന്നലെ മഴ പെയ്തത് കൊണ്ടാവാം. മഴ പെയ്യ്ണത് സൂര്യന് തീരെ ഇഷ്ടംല്ലാന്നാ തോന്ന്

ണത്. മൂപ്പർക്ക് ആളാവാൻ പറ്റൂലാലോ. മഴ പെയ്യുമ്പം മാനത്തെ കൊട്ടാരത്തിൽ മിണ്ടാതിരിക്കണല്ലോ.

"ഉമ്മക്കുട്ട്യേ എന്തേ കുത്തിരിക്ക്ണത്?"

"കൊലത്തി എങ്ങടാ പോണേ?"

"പണിക്ക് പോവാം...... മേലെളക്കംണ്ട്..... ന്നാലും പോവാതെ പറ്റൂലല്ലോ?"

"അതെന്താ?"

"ചെക്കന്റെ തന്ത ഷാപ്പ് തന്ന്യ എപ്പളും. ചെക്കാനാണെങ്കിലോ കൊടീം പിടിച്ച് നടക്കാ.... പിന്നെ ന്താ കാട്ടാ?"

കല്യാണി മരിച്ചേയ്ന് ശേഷം കൊലത്തി ആകെ കോലം കെട്ട്ട്ട്ണ്ട്.

"ഉമ്മക്കുട്ടിക്ക് ഉസ്കൂളില്ലേ?"

"ഉസ്കൂളൊക്കെണ്ട്.... പോവൻ മടീംണ്ട്."

കൊലത്തി ഒറക്കെ ചിരിച്ചു. ഞാനും. സൽമേം അനിയത്തീം തുണിക്കെട്ടും ചൊമന്ന് പൊഴേൽക്ക് പോണ്ണ്ട്.

കൊലത്തി അരിവാളും വീശി നടന്നു പോയ്. നരച്ച പച്ചക്കുപ്പായം കൂടുതൽ നരച്ചിരിക്കുന്നു.

കുട്ടനുണ്ട് ഓടി വര്ണ്. ആളോട്ടിപാറേന്റെ താഴ്ത്ത്ന്ന് തന്നെ എന്നെ വിളിച്ചുകൊണ്ട്.

"ബാ"

കുട്ടന്റെ ബേജാറ് കണ്ട് ഞാൻ താഴേക്ക് ഉരുണ്ടിറങ്ങി.

"എന്തേയ്"

"താന്നിക്കാടിച്ചി കൈസാത്താന്റെ മോള് സൈനബ ചാടിപ്പോയേലോ."

ഞാനും കുട്ടനും കൂടെ കൈസാത്തോന്റോട്ക്ക് പാഞ്ഞു. കൈസാത്ത നെഞ്ചത്തടിച്ച് നിലവിളിക്ക്ണുണ്ട്. "ന്റെ സൈനൂ...... ന്റെ സൈനൂ...." പാവം കൈസാത്ത. ഞരമ്പ് കാണുന്ന കറുത്ത കൈ. കീറിയ പെങ്കുപ്പായം. കൈസാത്താന്റെ നിലവിളി ഉയർന്ന് ഉയർന്ന്......

ഞാൻ പുഴയിലേക്കോടി.

"ഇന്നെന്തായാലും അനക്ക് അടി കിട്ടും."

കുളി കഴിഞ്ഞ് വരുന്ന ആയിശക്കുട്ടി എന്നോട് പറഞ്ഞു. അവളുടെ ചുരുളൻ മുടി മുഴുവൻ നനഞ്ഞിട്ടും കൂടെയില്ല. ഒരു കാക്കക്കുളീം കഴിഞ്ഞോടി വരികയാണ്. ന്നട്ടാ എന്നെ പഠിപ്പിക്ക്ണത്.

ഞാൻ വേഗം പുഴയിലേക്കിറങ്ങി മുങ്ങി. എന്റെ കല്യാണിയെ കൊണ്ടുപോയതിനുശേഷം എനിക്കീ പൊഴേനെ ഇഷ്ടംല്ല. മലയാളം പഠിപ്പിക്ക്ണ ലൈലടീച്ചർ പൊഴേനെപ്പറ്റി എന്തൊക്കെ ഗുണം പറഞ്ഞാലും കാലിൽ കൊത്തിവലിക്കുന്ന പരൽമീനുകളെ കണ്ടിട്ടും എനിക്കീ പൊഴേനെ ഇഷ്ടംല്ല.

താഴെ കടവിൽ ഉമ്മറാക്കാ തോണി കുത്തുന്നു. മുകളിലെ കടവിൽ പാലം പണി തകൃതിയായ് നടക്കുന്നു. ആളെ വെട്ടി ചോര പാരുംന്നാ

പറയ്ണത് പാലം പണിക്ക്. താഴെ ഉമ്മറാക്കയും മോളില് പാലം പണിയും നടുവില് ഞാനും എന്റെ കല്യാണിയെ കൊണ്ടുപോയ ഈ ചീത്ത പുഴയും.

കുന്ന് കയറി ഓടി നാറ്റട്ടിയിലൂടെ പുരയിലെത്തി.

"ബാപ്പ വന്നോ?"

ഉമ്മ വാഴക്കല്ല ചെത്തുന്നു.

"കഞ്ഞി അടുപ്പത്ത്ണ്ട്. കൊറച്ച് പാർന്ന് കുടിച്ചോ."

ഞാനകത്ത് കടന്ന് മൂടിയില്ലാത്ത തൂക്കുപാത്രവും മിഡൈഫ് തന്ന പ്ലാസ്റ്റിക്കിന്റെ ബാഗുമെടുത്ത് പാടത്തൂടെ ഓടി. ഓടി ഓടി സ്കൂൾ മുറ്റത്തെത്തിയപ്പോൾ അസംബ്ലി. ഭംഗിയുള്ള മൂന്ന് പെൺകുട്ടികൾ മുടി രണ്ടും മെടഞ്ഞ് റിബ്ബൺകെട്ടി പ്രാർഥന ചൊല്ലുന്നു.

കാക്ക് തൂറ്ണ മാവിൻ ചോട്ടിൽ അഞ്ചാറ് കുട്ടികളുണ്ട്. ഞാനും അവരോടൊപ്പം നിന്നു. എന്നും കുളിക്കണം. പല്ല് തേക്കണം എന്നൊക്കെയുള്ള പതിവ് പ്രസംഗം. ഉപ്പ്മാവ് വെക്ക്ണ ആയിസാത്ത ചെമ്പും കൊണ്ട് അതിലൂടെ നടന്നുപോയ്. മാവിൻ മേലിരുന്നൊരു കാക്ക ഒരു മൊട്ടത്തലയന്റെ മൊട്ടമേൽക്ക് തൂറി. ചെക്കൻ മൂടിയില്ലാത്ത തൂക്കുപാത്രവുംകൊണ്ട് വന്ന വഴിക്കോടി. ഒരു കാക്കത്തൂറലിന്റെ 'സുഖം' കിട്ടാത്ത ആരെങ്കിലുംണ്ടാവോ ഈ സ്കൂൾ മുറ്റത്ത്?

ഉച്ചവരെ സമയം ഇഴഞ്ഞാണ് നീങ്ങണത്. പള്ളന്റെ ഉള്ള്ത്ത് പൂരപ്പറമ്പിലെ മേളം. സാമൂഹ്യപാഠം പഠിപ്പിക്ക്ണ മാഷ് എന്തൊക്കെയോ പറയ്ണുണ്ട്. ഒന്നും തിരിയ്ണില്ല.

കൂട്ടമണി. ഉപ്പുമാവ് പുരയിലേക്ക് ചിതറിയോടി. തിക്കും തിരക്കും ആവി പൊന്തണ ഉപ്പുമാവിൻ ചെമ്പിനരികെ ജിന്നിന്റെ മുഖമുള്ള ആയിസാത്ത. വിയർത്തൊലിച്ച് കുട്ട്യോളെ ചീത്ത വിളിച്ച് കുനിഞ്ഞ് നിന്ന് വിളമ്പുന്നു. ആവിപൊന്ത്ണ ഉപ്പുമാവിൻ ചെമ്പിലേക്ക് ആയിശക്കുട്ടി വീണു. മുഖം നിറയെ ഉപ്പുമാവുമായ് ചൂടുകൊണ്ട് കരയുമ്പളും അവളുടെ തൊള്ളയിൽ കുറച്ച് ഉപ്പുമാവുണ്ടായിരുന്നു.

സ്കൂൾ മുറ്റത്തെ ആഴം കാണാത്ത കിണറ്റിൽ നിന്നും ഞാനവൾക്ക് വെള്ളം കോരി കൊടുത്തു. മുഖം കഴുകിയപ്പോൾ ചൂട് തട്ടി ചുവന്ന കവിള് വീർത്തപ്പളും അവൾ ഉപ്പുമാവ് പുരയിലേക്ക് നോക്കിക്കൊണ്ടിരുന്നു. ഞാനും.

ഞങ്ങൾ ഉപ്പുമാവ് പുരയിലെത്തുമ്പോൾ തിരക്ക് കുറഞ്ഞിരുന്നു. ചെമ്പിന്റെ അടിയിലെ കറുത്ത ഉപ്പുമാവ് കൈസാത്ത ഞങ്ങളുടെ പാത്രത്തിലേക്കിട്ടുതന്നു. കൊറച്ച് വാരിത്തിന്ന് കഴിഞ്ഞപ്പളാ ഞങ്ങൾക്ക് ഒരു കാര്യം മനസിലായത്. ഉപ്പുമാവിൽ ഉപ്പിടാൻ മറന്നിരിക്കുന്നു.

ചോറ് തിന്ന് ചോറ്റുപാത്രം കഴുകാൻ മൈലാഞ്ചി ചെടികൾക്കിടയിലൂടെ നടന്ന് വരുന്ന ഞങ്ങളുടെ ക്ലാസ് ലീഡർ അസ്ലം എന്നെ നോക്കി മുഖം ചുളിച്ചു. 'ഉപ്പുമാവ് വേണ്ടാത്തവർ വീട്ടിൽ പൊയ്ക്കോളുന്ന്' നാലാം പീരിഡ് അവൻ പറയാറുണ്ട്. ഉപ്പുമാവിനുവേണ്ടി മാത്രം

സ്കൂളിൽ വരുന്ന എനിക്ക് അത് കേൾക്ക്ണതേ വെറുപ്പാണ്. ആ നീണ്ട മൂക്കുകാരനേയും.

കൊയ്ത്തും മെതിയും അറിയേണ്ടാത്തോൻ റേഷൻ പീടേയ്ന്ന് അരി വാങ്ങേണ്ടാത്തോൻ. അവന്റോടെ മേശപ്പുറത്ത് പുന്നെല്ലിന്റെ ചോറും മഞ്ഞക്കറിയും അയക്കൂറ പൊരിച്ചതുംണ്ടാവും. അവൻ പോത്താഞ്ചേരിക്കാർടെം നിമ്മിണിക്കാർടെം തൊടിമക്കാർടെം കുടുംബാണ്. എനിക്കാണെങ്കി ആകെ ഒരലീമമ്മായി മാത്രംണ്ട് കുടുംബക്കാരായിട്ട്. മലേന്റെ ചോട്ടില് കൂൺ വിരിഞ്ഞത് പോലെത്തെ ഒരു കുടീല് പാർക്ക്ണന്റെ അമ്മായി.

മേലേക്ക് നോക്കരുത് താഴേക്ക് നോക്കണം. ബാപ്പ എപ്പളും പറയും. മേലേക്ക് നോക്ക്യാല് കഴുത്ത് ഉളുക്കും. ഈ ഉപ്പുമാവിനുള്ള തെരക്കോർത്താല് സ്കൂളിലേക്ക് വരാൻ തോന്നൂലാ. പിന്നെ കുടീല് കുത്തിര്ന്നാല് ഉപ്പ് മാവ് കിട്ടോ? പിന്നെ ബാപ്പ പറയ്ണ നല്ല കാലം വരണെങ്കി എല്ലാരും പഠിക്കണംത്രെ! അല്ലെങ്കിൽ ഈ പണി നിർത്തായിരുന്നു.

കുട്ടൻ നിർത്തി.

സ്കൂള് വിട്ടപ്പോ ഞാനും ആയിശക്കുട്ടീം പാടവരമ്പിലൂടെ നടന്നു. ചെന്നാൽ വാഴക്കല്ലേന്റെ കൂട്ടാനുംകൂട്ടി കഞ്ഞി കുടിക്കാലോ. ചെന്ന് കയറിയപ്പം കോലായ്മല് ബാപ്പ. കൊറച്ചാൾക്കാരുംണ്ട്.

"ബാപ്പ എപ്പളേ വന്ന്?"

മടിയിൽ നിന്നെടുത്ത് ബാപ്പയെനിക്കൊരു പൊതി തന്നു. ചോപ്പും മഞ്ഞേം പച്ചേം നെറമുള്ള ലോസഞ്ചർ മിട്ടായി. മൂന്ന് നെറോം ഇടകലർന്നങ്ങനെ കിടക്കുന്ന നാരങ്ങാ സത്ത്.

തൊണ്ടപൊട്ടുംമ്പോലെ ബാപ്പ ചൊമച്ചു. വളഞ്ഞ്കുത്തി ആസ്പത്രീന്ന് വരുമ്പം മിഡൈഫും വന്നു.

"മറിയംബീ തിന്ന പ്ലേറ്റൊക്കെ ചൂടുവെള്ളത്തില് കഴുകണം. അങ്ങനീം ഇങ്ങനീം ഒന്നും മാറ്ണ സൂക്കേടല്ല. നല്ല ഭക്ഷണം ഒക്കെ കൊടുക്കണംന്നാ പറയ്യാ. ഇല്ലാത്തോര് ഇല്ലാത്തപോലെ ചെയ്യ്യാനല്ലേ പറ്റൂ."

മിഡൈഫ് ഉമ്മാന്റെ കയ്യില് കൊറച്ച് പണം കൊടുത്തു.

"എന്താ ബാപ്പാന്റെ സൂക്കേട്?"

"അതൊന്നും പറഞ്ഞാ കുട്ടിക്ക് മനസിലാവൂലാ. കുട്ടി അതൊന്നും ഓർത്ത് ബേജാറാവേം വേണ്ട."

മിഡൈഫ് മേലെ കണ്ടത്തിലൂടെ നടന്നു. ഉമ്മാമാന്റെ ആട്ണ കട്ടിലിൽ ബാപ്പ കിടന്നു. കരിമ്പടം പുതച്ച്. മിഡൈഫ് കൊടുത്ത പണത്തിൽ നിന്ന് ഉമ്മയെനിക്ക് കൊറച്ച് പണം തന്നു. സഞ്ചീം കുപ്പീം റേഷൻ കാർഡും തന്നു. ഞാൻ കുട്ടനേം കൂട്ടി. വൈക്കോൽ പൊടിണ്ട് തലമുടി നിറച്ചും. എന്നിട്ടും എന്റെ കൂടെ വന്നു. കയറിട്ട് കെട്ടിയ മണ്ണെണ്ണകുപ്പി എന്നോട് വാങ്ങി പിടിച്ചു. മണ്ണെണ്ണന്റെ മണം തലേല്തൊടച്ചിട്ടും പോണില്ല.

ഞങ്ങൾ നാറ്റട്ടിയിലൂടെ കാട്ടിലേയ്‌ പാടത്തൂടെ താഴത്തങ്ങാടിയിലേക്ക് നടന്നു. ഒരു ജാഥ വര്ണുണ്ട്. ബാപ്പാന്റെ കൊടി. ബാപ്പയില്ല. ഒരു ചെറിയ ജാഥ. ഈയമ്മസ്സബു ഇല്ലാത്ത ജാഥ. എനിക്ക് കരയണമെന്ന് തോന്നി.

"മ്മളെ ജാദ!"

കുട്ടന്റെ മുഖത്ത് സൂര്യകാന്തിപ്പൂവ് വിടർന്നത് പോലെ. മുണ്ടാപൂച്ചേന്റെ ഒരു സന്തോഷം.

"അയ്ന് ഞാനെന്ത് വേണം?"

"ഇജ് വേഗം വാ. നേരം വൈക്യാല് റേഷൻ പീടി പൂട്ടും."

കുട്ടൻ തിരിഞ്ഞ് തിരിഞ്ഞ് ജാഥ നോക്കി എന്റെ പിന്നാലെ വന്നു.

"ന്റെ അള്ളോ ഞമ്മള് ഇന്ന് അന്തിക്കും കയിച്ചിലാവൂലാന്നാ തോന്ന്ണത്. അയ്ന് മാത്രംണ്ട് ജനം."

റേഷൻ കാർഡിന്റെ നീണ്ട അട്ടി. ഞങ്ങളുടേത് ഏറ്റവും മുകളിൽ വെച്ചു. റേഷൻ പീടിക നടത്ത്ണ വേലുക്കുട്ടി അട്ടി മറിച്ചു. ഞങ്ങളുടെ കാർഡ് അടിയിലായി. അയാളുടെ തടിയൻ പുസ്തകത്തിനരികിലേക്ക് ആരോ ചിമ്മിനി വിളക്ക് നീക്കിവെച്ചു.

"പുലിക്കോടനര്യാ... വെറക് മുയുമൻ വെച്ചാലും ഇത് വേവൂലാ" പണികയിഞ്ഞ് വന്ന പെണ്ണ്ങ്ങൾ പറഞ്ഞു.

"മറ്റേത് കരിഞ്ചന്ത്യാത്രെ! അരീം മണ്ണെണ്ണേം ഒക്കെ പൂഴ്ത്തിവെക്കാത്രെ!"

എനിക്കൊന്നും മനസിലായില്ല. കുട്ടൻ എന്റെ നേരെ കുനിഞ്ഞൊരു സ്വകാര്യം പറഞ്ഞു.

"മ്പളെ ജാദേല് നേരത്തെ വിളിച്ച് പറഞ്ഞിലേ അതാ ഓര് പറയ്ണത്രേ."

ഞങ്ങള് പിന്നെയും കാത്ത് നിന്നു. ആൾക്കാർ വന്നും പോയുമിരുന്നു. അരി കിട്ടിയപ്പോ ഇരുട്ടിന് കട്ടി കൂടി. അരിസഞ്ചിയും തലയിൽവെച്ച് ഞങ്ങൾ ഇരുട്ടിലൂടെ നടന്നു. ഒരു ചൂട്ട് വാങ്ങി ചൂളക്കാരൻ ഉസ്മാന്റെ അവ്ടന്ന് കത്തിച്ചു.

"ഇജേതാ കുട്ട്യേ?"

"ഞാനബൂന്റെ മോളാ"

"ഈയമ്മസ്സബൂന്റ്യോ?"

"ങ്ും"

ചൂട്ട് കത്തിച്ച് മിന്നി നടക്കുമ്പം ഉസ്മാൻ ആരോടോ പറയ്ണത് കേട്ടു.

"ഈയമ്മസ്സബൂന് ക്ഷയാണ്. ഓനാദ്യം കമ്യൂണിസം ഇബടെ പരത്തി. ഇനി ഓനിബടെ ക്ഷയം പരത്തും. നോക്കിക്കോ. ആ ഹമ്ക്ക് ജയില്ന്ന് കൊണ്ടോന്നതാ ആ പണ്ടാരസൂക്കേട്."

എന്റെ നെഞ്ചിലെ മുള്ള് കുത്തിയ ഭാഗം വേദനിച്ചു. കുട്ടൻ ചൂട്ട് മിന്നി മുൻപെ നടന്നു. നിറഞ്ഞൊഴുകിയ കണ്ണുകളുമായ് അരിസഞ്ചി തലയിൽവെച്ച് ഞാൻ പിറകെ. ഞങ്ങളൊന്നും മിണ്ടിയില്ല.

ചൂട്ടുവെളിച്ചത്തിൽ ആളോട്ടിപാറമേൽ നിൽക്ക്ണതാരാണ്? കുട്ടൻ ചൂട്ടുയർത്തി മിന്നി. വീർത്ത് പൊട്ടാറായ പള്ളയാണ് ആദ്യം കണ്ടത്. മുടി കോതി മുന്നിലേക്കും പിന്നിലേക്കും ഇട്ട് കളിക്കുകയാണ് താച്ചുട്ടി.

"നബീസത്ത്മാല കള്ളൻ കട്ട് പോയി
അള്ളാതരും മോളേ നബീസത്ത് മാല"

പിന്നെ പിന്നെ പാട്ട് മറന്ന് കരച്ചിലായി. കരച്ചിലിന്റെ ഒച്ച കൂടി കൂടി വന്നപ്പോൾ ഞങ്ങൾ ആളോട്ടിപാറമേൽ കയറി. കുട്ടൻ ചൂട്ട് മിന്നി. കൊറച്ച് വെളിച്ചത്തിൽ താച്ചുട്ടി പാറയിൽ അള്ളിപ്പിടിച്ച് കെടന്ന് ഉറക്കെ കരഞ്ഞു. അരയിൽ ചുറ്റിയ പഴന്തുണി മേലേക്ക് പൊന്തി. ആളോട്ടി പാറ മേൽ ചോര ചീറ്റി. ഒരു കുട്ടിത്തല പുറത്തേക്ക് വന്നു. തലമാത്രം. കുട്ടൻ ചൂട്ട് എന്റെ കയ്യിൽ തന്നു. കുട്ടിത്തല വലിച്ചെടുത്തു. കുട്ടിക്കരച്ചിൽകേട്ട് ചൂട്ട് കത്തിത്തീർന്നു. ഞാനും കുട്ടനും സൽമയുടെ ഉമ്മയും പുതിയ കുട്ടിയും ആളോട്ടി പാറമേൽ. ഒരൊറ്റ നക്ഷത്രം പോലുമില്ലാത്ത കറുത്ത ആകാശവും. ഇരുട്ട് കനംവെച്ച ഭൂമിയും ആളോട്ടിപ്പാറയുടെ ഉയരവും. പിന്നെ ഇപ്പോൾ ജനിച്ച കുട്ടിയുടെ കരച്ചിലും മാത്രം! താച്ചുട്ടിക്ക് ബോധം പോയ്. എവ്ടെന്നോ പാഞ്ഞ് വന്നൊരു മഴ ആളോട്ടി പാറമേൽക്ക് ആൾവണ്ണത്തിൽ തുള്ളികളെറിഞ്ഞു.

മഴത്തുള്ളി നാവിൽ തട്ടിയാവാം കുട്ടിക്കരച്ചിൽ നിന്നു.

20

റേഡിയോ

കമ്പോണ്ടര് ബാപ്പാക്കൊരു റേഡിയോ കൊടുത്തു. 'താപ്പി' എന്നത് കൂട്ടിംവായിക്കാം. വാർത്തകൾ കേട്ട് ബാപ്പ കിടന്നു. ഇടയ്ക്ക് ചുമച്ച് ചോര തുപ്പി. ഞങ്ങളെ പൊരേൽക്ക് ആരും വര്ണില്ല ക്ഷയം പകരുമെന്ന് പേടിച്ച്. ടീ ബീ എന്നും ആ സുക്കേടിനൊരു പേര്ണ്ട്.

കൊലത്തീം കുട്ടനും കമ്പോണ്ടരും മിഡൈഫും കോയിമെര്യാക്കയും വരും. കള്ള് കുടിക്കാത്തപ്പം രാമേട്ടനും. ഇടയ്ക്ക് ഉമ്മ മല കയറി വിറകിന് പോവും. അന്ന് സ്കൂളിൽ പോവാതെ ഞാൻ ബാപ്പായെ നോക്കി ഇരിക്കും. കണ്ണടക്കുമ്പോഴേക്കും കറുത്ത ചുമ പുറത്ത് ചാടും. ഉമ്മാമാന്റെ കട്ട്മല് ചാരിയിരുന്ന് മുട്ടിക്കണ്ടംപോലെത്തെ തലയിണ ചാരി വെച്ച് വായനശാലയിലെ പഴയപത്രങ്ങൾ ബാപ്പ വായിച്ചു. ചുമയുടെ വലിയ ഒച്ച എല്ലാറ്റിന്റേയും മുകളിൽ കേട്ടു. വായിച്ച് വായിച്ച് ബാപ്പ ഉറങ്ങി.

ഞാൻ പതുക്കെ പുറത്തിറങ്ങി. അമ്മാളു ഏടത്തീന്റെ അവ്ടക്ക് നടന്നു. അമ്മാളു ഏടത്തിക്ക് ഒരു ഉഷാറും ഇല്ല.

"ന്തേയ്ന്നു"

"ഒന്നുംല്ല." കോയിമെര്യാക്കാന്റെ കോങ്കണ്ണ്ള്ള കുട്ട്യോള് എവ്ടെ പോയി ആവോ? ഒന്നിനേം കാണാനില്ല. ഉമ്മയ്യ്യമ്മായീന്റെ കണ്ണെഴുതിയ പയ്യ് എന്നെ നോക്കി ചവച്ചു. പയ്ക്കുട്ടി പരക്കം പായുന്നു. റഷീദ് കരി വെച്ച് മീശ മോടി കൂട്ടീണ്ട്. ന്നെ കണ്ടപ്പം ഒരു നാണം.

അച്ചിപ്പുളിങ്ങ തരാംന്നും പറഞ്ഞ് പെങ്കുട്ട്യോളെ കല്ലെട്ടും കുഴീൽക്ക് എറക്കി. തുണി പൊന്തിച്ച് അവന്റെ കുന്തം കാട്ടികൊടുക്ക്ണ ഇബ്‌ലീസാ ഇത്.

"എന്തേയ്?" ഞാനവനോട് ഒരു ലോഹ്യം ചോദിച്ചു. "പോര്ണോ?"

"പോര്ണോ?"

അവനാകെ പേടിച്ചത്പോലെ എന്നോട് ചോദിച്ചു.

"എങ്ങട്?"

"കല്ലെട്ടുംകുഴീൽക്ക്.... നല്ല അച്ചിപ്പുളിങ്ങ തരാം."

"ന്റെമ്മോ" അവൻ സെയ്ത്താനെളകിയത് പോലെ പാഞ്ഞു. ഞാനുറക്കെ ചിരിച്ചു. ആകാശം വീഴാച്ചാല് വീഴട്ടെ. അല്ല പിന്നെ. ബാപ്പ മീറ്റിംഗിൽ പറയ്ണത് പോലെ ഇത്തരം മൂരാച്ചികളേയും ഒറ്റപ്പെടുത്തണം.

'മൂരാച്ചികൾ മൂർദാബാദ്.'

നല്ല വെയില്. ദൂരെ വെയിൽ ആളുന്നു. ആ വെയിൽ ആവിയിലൂടെ കൊറേ പെണ്ണ്ങ്ങൾ ഒരു ജാഥ പോലെ വിറകും കെട്ട് തലയിൽവെച്ച് പാഞ്ഞ് വരുന്നു. ഉമ്മയുണ്ട് ഏറ്റവും പിറകിൽ. ഉമ്മാന്റെ നരച്ച മഞ്ഞക്കുപ്പായത്തിന്റെ കൈ കണ്ടപ്പഴേ എനിക്ക് മനസിലായി. രാവിലെ പഴം കഞ്ഞി കുടിച്ച് പോയതാണ്. പാവം ഉമ്മ.

ഉമ്മ വിറകിൻകെട്ട് മുറ്റത്തിട്ടു. നല്ല കനം. ഒണങ്ങിയ വാഴേന്റെ ഇല കൊണ്ട് കെട്ടിയ തെരിക ഞാൻ കയ്യിലെടുത്തു. തെരികക്ക് നല്ല ചൂട്. ആളോട്ടിപാറമേൽന്ന് നോക്കിയാൽ കാണുന്ന ദൂരെയുള്ള മലയാണ് ചെക്കുന്നും മല. അവ്ട്ന്ന് ഇവടം വരെ വല്യ വെറകും കെട്ട്കൊണ്ട് നടന്നാൽ ഏത് തെരികേം ചൂടാവും.

"ന്റെ അള്ളോ" ഞാനാർത്ത് വിളിച്ചു.

ഉമ്മ കൊണ്ടന്നിട്ട വെറകുംകെട്ടിലെ കട്ടിയുടെ മരപ്പൊത്തിൽ നിന്നൊരു പാമ്പ് പൊറത്തേക്കിഴയുന്നു.

"ഉമ്മാ....."

പാമ്പ് ഇഴഞ്ഞ് ഓവുപാലത്തിന്റെ അവ്ടക്ക് പോയി.

"മൂർഖനാ"

പുറത്തെ കോലായ്മലെ തൂണ് പിടിച്ച് ബാപ്പ പറഞ്ഞു.

ഉമ്മ കുഴഞ്ഞിരുന്നു. ബാപ്പ ഉമ്മയെ വേദനയോടെ നോക്കി.

"പടച്ചോൻ കാത്ത്" ഉമ്മ വിറച്ച്കൊണ്ട് പറഞ്ഞു.

"എല്ലാരീം പടച്ചോൻ കാക്കണംന്നില്ല."

"അള്ളാനീം പടച്ചോനീം കുറ്റം പറയ്ണ ഇങ്ങളെ ഈ വർത്തമാനംണ്ടല്ലോ.... അതാ ഇനുക്ക് പുടിക്കാത്തത്."

ഉമ്മ അടുക്കളയിലേക്ക് നടന്നു.

ബാപ്പ എന്നെ നോക്കി ചിരിച്ചു. ഞാൻ പോത്താഞ്ചേരിയിലേക്ക് നടന്നു. സൽമ വല്യ അടുക്കള നനച്ച് തൊടക്ക്ന്നുണ്ട്. റസിയ സുൽത്താന ഒരു മൂലയ്ക്കലിരിക്കുന്നു. ഏതോ കഥയിലെ രാജകുമാരി കുപ്പായമിടാതെ മൂക്കൊലിപ്പിച്ച് വായേന്നൊലിച്ച് അടുക്കളയുടെ മൂലയ്ക്ക് ഇരിക്കുന്നു. ഒട്ടിയ വയറുമായി.

"ഉമ്മ എവ്ടെ?"

"കുടീല്ണ്ടാവും" സൽമക്ക് ഒരു താൽപ്പര്യം ഇല്ല.

"പുതിയ കുട്ടി പെണ്ണാ?"

"ങ്ും" സൽമ ചളിവെള്ളം തെങ്ങിനൊഴിച്ച് പുതിയവെള്ളംകൊണ്ട് പിന്നേം തൊടച്ചു.

"വേഗം തൊടക്ക് പഠിക്കണ്ടെ ഞമ്മക്ക്...?"

റസിയാ സുൽത്താന ഉഷാറായി എഴുന്നേറ്റ് നിന്നു. ആസ്യാത്താന്റെ കുട്ടിന്റെ ട്രൗസറ് റസിയാ സുൽത്താനക്ക് പാകം ഇല്ല. അവൾ ഹജ്ജുമ്മയെ കാണാതെ വെറക് ചായ്പ്പിൽ ഒളിപ്പിച്ച് വെച്ച് ചുളുങ്ങിയ നോട്ടു പുസ്തകം പുറത്തെടുത്തു. മേപ്പടിയിൽ തപ്പി ചെറിയ ഒരു കടലാസു പെൻസിലും.

ഉരുണ്ട് ഉരുണ്ട് പിറന്ന് വീഴുന്ന എയും ബിയും കാണാൻ നല്ല രസം. റിവറും ഫ്ളവറും എഴുതാൻ അവൾ വേഗം പഠിച്ചു.

"സൽമാ"

ഹജ്ജുമ്മ കൂട്ടിലിട്ട മെരുകിനെപ്പോലെ പാഞ്ഞ്നടക്ക്ണുണ്ട്. സൽമ നോട്ട് പുസ്തകം വെറകിന്റെ മേലേക്കിട്ടു. അപ്പളേക്കും ഹജ്ജുമ്മ വെറക് പൊരയിലെത്തി.

"എന്തേയ്നു ഇബടെ പണി?" ഹജ്ജുമ്മ എന്നെ അറപ്പോടെ നോക്കി.

"സൽമാ ഉസ്മക്കാന്റാട് മുട്ടനാടിനെ കൂട്ടിക്കൊണ്ട് വാ. പെണ്ണാടിനെ ചവിട്ടിക്കാനാ. റബ്ബേ ഈ ബാലിന്റെ അമറല് സഹിക്കാൻ പറ്റ്ണില്ല."

ഹജ്ജുമ്മ ആട്ടിൻ കൂടിന്റെട്ത്തക്ക് മണ്ടി.

ഒറ്റശ്വാസംകൊണ്ട് ആയിരം കാര്യങ്ങൾ. സൽമയും അനിയത്തിയും തൊട്ടിമക്കാര്ടെ പാടത്ത് കൂടെ കോലോർന്ന്മല്ക്ക് പോയി. ഞാൻ ആളോട്ടി പാറ കേറി ഇരുന്നു. കൈസാത്തണ്ടു വര്ണ്. തട്ടത്തിന്റെ ഉള്ളിൽ എന്തോ ഒളിപ്പിച്ച് പിടിച്ചിട്ടുണ്ട്.

"എവ്ടന്നാ വര്ണത്?"

"വെള്ളം മന്ത്രിക്കാൻ പോയതെയ്നി"

"അദ്ദുമൊയ്ല്യാരെ പുതിയ ബീടരെ കണ്ടോ?"

കൈസാത്ത എന്തോ പറഞ്ഞു. സൈനബ ചാടിപോയേന് ശേഷം കൈസാത്താന് ഒച്ചയേ ഇല്ല. അല്ലെങ്കിലും എല്ലാ ഒച്ചേം വിളിയും കൈസ്യാത്ത്യാ ജയിക്ക്യാ. ഇപ്പം തോറ്റിരിക്ക്യാണ്. എപ്പളും ജയിക്കാൻ പറ്റോ?

സൂര്യൻ ചെക്കുന്നും മലയിറങ്ങി പോവുന്നു. അന്തിച്ചോപ്പിലൂടെ കിളികളും പണിക്കാരും അങ്ങാടി ഭാഗത്ത്ന്ന് വര്ണുണ്ട്. വായനശാലേല് നല്ല തെരക്ക്ണ്ട്. രാത്രി വായനശാലേല് ക്ലാസുണ്ടാവാറ്ണ്ട്. ചാത്തനും കൊറ്റനും നീലാണ്ടനും മുതലായവരൊക്കെ പഠിക്കാനും വര്ണ്ണ്ട്. ഇന്നാളൊരീസം തൊട്ടിമക്കാര് പറഞ്ഞ് കൊടുത്തിട്ട് പോലീസ് വന്നിര്ന്നു. രാത്രി ക്ലാസിൽക്ക്. പഠിക്കാനും സമ്മയ്ക്കാത്തെ പോലീസ്.

ഇരുട്ട് കള്ളനെപോലെ പതുക്കെയാണ് വരാ. വന്ന നമ്മളെ പൊതിഞ്ഞാലെ നമ്മളറിയൂ. പൊരയിലെത്തിയപ്പം ബാപ്പ കോലായ്മലിരിക്കുന്നു. വാർത്ത കേൾക്കുന്നു.

"കയിഞ്ഞോ അന്റെ തെണ്ടല്?" ഉമ്മ എന്റെ നേരെ ഒരു ചാട്ടം. ചീന്തിയ മടൽ കഷ്ണംകൊണ്ട് രണ്ടടിയും കിട്ടി.

"വേണ്ട മറിയം" ബാപ്പ ഉമ്മാന്റെ കൈപിടിച്ചു.

"കോയിനെ കൂട്ടിലാക്കാൻ ഇബടെ ആള്ണ്ടോ? വെളക്കില് കാസറ്റ് പാരാൻ ഇബടെ ആള്ണ്ടോ? പെണ്ണാജ് അത് മറക്കണ്ട."

ഉമ്മ ചറപറാന്ന് അങ്ങനെ പറഞ്ഞ്കൊണ്ടിരുന്നു. പിന്നെ ഒച്ച കേട്ടത് പോലെ മിണ്ടാതിരുന്നു.

"ആ റേഡ്യോന്റെ ഒച്ച ഒന്ന് കൊറക്കീന്ന്. എന്തോ ഒച്ച കേക്ക്ണ്."

ബാപ്പ റേഡിയോ പൂട്ടി.

ഉമ്മ ചെറിയ ചിമ്മിനി വിളക്കുംകൊണ്ട് പൊറത്തിറങ്ങി. ഞാനും. നാനാഭാഗത്ത് നിന്നും ചൂട്ടുവെളിച്ചം പായുന്നു. ഞങ്ങളുടെ കയ്യിലെ വിളക്ക് കെട്ടു. ചൂട്ടുവെളിച്ചങ്ങൾക്ക് പിന്നാലെ ഞങ്ങളും പാഞ്ഞു. രാമേട്ടന്റെ കുടീന്റെ മുന്നിലാ എല്ലാ ചൂട്ടും കുത്തികെടുത്തീത്. മുറ്റത്താകെ തീപ്പൊരി ചിതറി.

രാമേട്ടൻ കുഴഞ്ഞ് നാവ്കൊണ്ട് പതം പറഞ്ഞ് കരയുന്നു. സുഭദ്രയും അനിയത്തിമാരും ഉറക്കെ കരയുന്നു. നടുവകത്തെ ഉത്തരത്തിൻമേൽ തൂങ്ങിയാടുന്നു സുഭദ്രേന്റെ അമ്മ. ഉടുത്ത മുണ്ട് അഴിഞ്ഞിരിക്കുന്നു. ചിതറിവീണ അരിപ്പൊതിയും പരിപ്പ് പൊതിയും കൂടിച്ചേർന്ന് ഒന്നായിരിക്കുന്നു.

പിന്നെ നട്ടപ്പാതിരവരെ രാമേട്ടന്റെ കരച്ചിൽ ഞാൻ കേട്ടു.

"ഓളൊരു ബാഗ്യല്ലാത്തോളെയ്നി" ഉമ്മ ഇരുട്ടിൽ ഒറ്റക്ക് പറഞ്ഞു.

"ഞമ്മളെ കരേമല് പിന്നെ ആർക്കാ മറിയംബീ ഭാഗ്യള്ളത്?" ബാപ്പ ചെറ്തായ് ചൊമച്ച്കൊണ്ട് പറഞ്ഞു.

"തൊട്ടിമക്കാർക്കും പോത്താഞ്ചേരിക്കാർക്കും പിന്നെ നിമ്മിണിക്കാർക്കും" ഞാൻ മനസിൽ പറഞ്ഞു.

21

പുസ്തകപ്പത്തിരി

കള്ളക്കർക്കിടകം.

ആർക്കും പണീല്ല.

ചക്കക്കുരും മാങ്ങാത്തോലും തീർന്നു. അരീം ചായപ്പൊടീം തീർന്നു. കണ്ണ് കാണാത്ത മഴ. പൊറത്തെറങ്ങാൻ വയ്യ്യ. കാറ്റിനോടൊപ്പമാണ് മഴ. മഴയോടൊപ്പം കാറ്റും. ഏതാണ് ആദ്യം വര്ണത്?

പൊട്ടിയ ഓടുകളുടെ എണ്ണം കൂടീട്ട്ണ്ട് ഇക്കൊല്ലം. കൊറേ സ്ഥലത്ത് പാള വെച്ചിട്ടുണ്ട്. എന്നിട്ടും ഓടിനടിയിലൂടെ സറസറാന്ന് പെയ്യുന്നു മഴ.

ചട്ടീം പിഞ്ഞാണും തൗക്കസേം മണ്ടത്തും നെരത്തി. ന്നട്ടും സിമന്റ ടർന്ന തറയിൽ ചെങ്കല്ല് കുഴീൽ മഴവെള്ളം നിറഞ്ഞു.

ബാപ്പാന്റെ കട്ട്മലെ ഇത്തിരി സ്ഥലം നനയ്ണില്ല. കൊലത്തീന്റേം കൈസാത്താന്റേം സൽമേന്റെയും പൊര കെട്ടിമേഞ്ഞിട്ട്യേയില്ല.

"നേരം വെളുക്കുവോളം പെയ്തു."

ഉമ്മ ഉറങ്ങിയിട്ടില്ലാന്ന് കണ്ണ് കണ്ടാലറിയാം.

മുറ്റത്ത് മുട്ടിനൊപ്പം മഴവെള്ളം. കൂട്ടുപലിശ എഴുതിയ നോട്ടുപുസ്തകത്തിലെ പേജ് കീറി ഞാൻ തോണിയുണ്ടാക്കി. പലിശയോ ഇല്ല. എന്നിട്ടില്ലേ കൂട്ടുപലിശ. തോണികൾ നാലും ജലപരപ്പിൽ ചിരിച്ചു നടന്നു. പിന്നേയും പെയ്ത മഴയിൽ മഴത്തോണികൾ നനഞ്ഞ് പോയി. കൂട്ടുപലിശകണക്കുകളിൽ മഷി പടർന്നു.

"ഇഞ്ഞീപ്പം പനീം പുടിപ്പിക്കണം. ന്നെ കൊണ്ടാവൂലാ ന്റെ റബ്ബേ..."

ഉമ്മ എന്നെ ചീത്ത വിളിച്ചു.

"ഉസ്കൂളിലേക്ക് പോകാ" ആയിശക്കുട്ടി തണുത്ത് വിറച്ച് മഴ നനഞ്ഞ് വന്നു.

"കൊട ഇല്ല."

ഉമ്മ എന്നെ ഒന്ന് നോക്കി. മുറ്റത്തിന്റെ മൂലക്കല് നിക്ക്ണ ബിലാത്തി ചേമ്പ്മന്ന് വല്യ ഒരില വെട്ടി.

"ന്നാ" ഉമ്മ അത് നീട്ടി പിടിച്ചു. മടിച്ച് മടിച്ച് ഞാനത് വാങ്ങി. തൂക്കു പാത്രവുംകൊണ്ട് പുസ്തകകെട്ടുമെടുത്ത് ഞങ്ങളോടി. പാടവരമ്പ് കേറിയ പാടെ മഴങ്ങ് പിന്നാലെ ഓടി വരുന്നു. മഴ ഞങ്ങളേയും കടന്ന് മുന്നോട്ട് പോയി. ചേമ്പില കുട ചൂടി ഞങ്ങൾ പാടവരമ്പിൽ നിന്നു. ആഞ്ഞ് വന്ന മഴക്കാറ്റിൽ ഞങ്ങൾ നനഞ്ഞൊട്ടി.

"എല്ലാ ബെല്ലും അടിച്ചിക്ക്ണ്. അടി കിട്ടുംന്ന് ഒറപ്പാ."

"സാരംല്യാ ന്നാലും ഉപ്പുമാവ് കിട്ടൂലോ." ഞാനവളെ സമാധാനിപ്പിച്ചു.

ആയിശക്കുട്ടി അവളുടെ ക്ലാസിലേക്ക് പോയി.

ക്ലാസ് മുറിക്ക് പുറത്ത് ഞാൻ തലനീട്ടി നിന്നു. മാഷ് എന്നെ അടിമുടി നോക്കി.

"വെള്ളമിറ്റി തീര്ണത് വരെ പൊറത്ത് നിന്നോളൂ." ക്ലാസ്മുറി നനയും.

വടി ചുഴറ്റി മാഷ് ക്ലാസിലാകെ നടന്നു. ചട്ടചീന്തിയ എന്റെ പുസ്തകം നനഞ്ഞ് കുതിർന്നിരിക്കുന്നു.

"സേർ കടക്കട്ടെ."

ക്ലാസിന്റെ നടുവിലെത്തിയപ്പോൾ മാഷ് വടി നീട്ടി എന്നെ തടഞ്ഞു.

"ടെക്സ്റ്റ് ബുക്കുണ്ടോ?"

മടിച്ച് മടിച്ച് ഞാൻ കാണിച്ച് കൊടുത്തു.

പുസ്തകം വാങ്ങി തിരിച്ചും മറിച്ചും മാഷ് നോക്കി. എന്നിട്ട് അത് വടിമേൽ ഉയർത്തിപിടിച്ചു. മാഷ് ഉറക്കെ പറഞ്ഞു.

"ഇതാണ് പുസ്തകപ്പത്തിരി. ഇതിൽ കറിയൊഴിച്ചാൽ തിന്നാം. നല്ല രുചിയുണ്ടാവും."

കുട്ടികൾ ആർത്ത് ചിരിച്ചു.

ഞാൻ പിൻബെഞ്ചിൽ പോയി ഇരുന്നു. അടുത്ത കുട്ടി അറപ്പോടെ നീങ്ങിയിരുന്നു. സ്കൂളിന്റെ ജനൽപ്പാളിയിലൂടെ തെറിച്ച് വീണ മഴത്തുള്ളികൾ വീണ്ടും എന്നെ നനയിച്ചു. ബെല്ലടിച്ചു. ഹാവൂ ഭാഗ്യം.

മലയാളം മാഷ് കോപ്പി എഴുതാൻ മാത്രമേ പറഞ്ഞുള്ളു. 'തീയിൽ കുരുത്തത് വെയിലിൽ വാടില്ല.'

നനഞ്ഞ കോപ്പി പുസ്തകത്തിൽ മുന തേഞ്ഞ പെൻസിൽകൊണ്ട് ഞാൻ പലവട്ടമെഴുതി. 'തീയിൽ കുരുത്തത് വെയിലിൽ വാടില്ല.'

സ്കൂള് നേരത്തെ വിട്ടു. പാടവരമ്പത്തൂടെ ഓടാൻ വയ്യ്യ. വഴക്കല്ണ്ട്. പതുക്കെ നടന്ന് പൊരയിലെത്തിയപ്പോ ബാപ്പ പത്രം വായിക്കുന്നു. തണുത്ത അടുപ്പിലേക്ക് വാർന്ന് വീണ വെള്ളം വെണ്ണീറിൽ കലങ്ങിയത് ഉമ്മ കോരിയെടുക്കുന്നു. ഇനി വേണം അടുപ്പ് കത്തിക്കാൻ. ഇനി മഴ മാറീച്ചാലേ സ്കൂളുണ്ടാവുന്ന് ഞാൻ പറഞ്ഞു. അത് കേട്ടിട്ടും ഉമ്മാക്ക് ഒരു സന്തോഷവും ഇല്ല.

“ഈ കള്ളകർക്കിടകം ഒന്ന് തീർന്നെങ്കി മത്യേയ്നി” പിന്നേയും അടുപ്പിലേക്കൊഴുകിയ വെള്ളം കണ്ട് ഉമ്മ മഴയെ പ്രാകി. പൊഴേം പാടോം റോഡും ഒന്നായീണ്ട്. എവ്ടെ നോക്ക്യാലും വെള്ളം. കുട്ടനും കൂട്ടരും നീന്തി നടക്ക്ണ്. മഴവെള്ളത്തിലൊഴുകി വര്ണത് പിടിക്ക്യാണ്.

“ഒരാങ്കുട്ട്യായാ മതിയായിരുന്നു.”

അത് കണ്ട് ആയിശക്കുട്ടി പറഞ്ഞു.

“പെങ്കുട്ട്യായിച്ചാലും നീന്താ” ഞാൻ പറഞ്ഞു.

അയന് ഇൻക്ക് നീന്താൻ പുട്യാടില്ല.’

“ന്ന മുണ്ടാണ്ടിര്ന്ന്.... നീന്തണത് കണ്ടോ.”

അവളെന്നെ പിച്ചി. ബലാല് നഖോം മുറിക്കൂലാ.

“കൊങ്ങനിറച്ചീച്ചാല് ഞാറ് നടാൻ പോവാംന്ന് കൊലത്തി പറഞ്ഞിക്ക്ണ്. എത്ര്യാച്ചാ പയ്പ്പ് സഹിക്ക്യാ” ഉമ്മ ബാപ്പയോടു പറഞ്ഞു.

ബാപ്പ ഉമ്മയെ നോക്കി. ഒന്നും മിണ്ട്ണില്ല.

ഉമ്മ കാതിലെ ഈർക്കിൽ ഊരി കാത് ചൊറിഞ്ഞു. ഉമ്മാന്റെ പൊൻചിറ്റുകൾ വെട്ടിയെടുത്ത് കാതിൽ കറുത്തനൂല്. മിഡൈഫിന് ചുവന്ന കല്ല് കമ്മലുണ്ട്. ചാടിപ്പോയ സൈനബാക്ക് മാസമ്പറണ്ട്. കൊലത്തിന്റെ കാതിൽ ഒരു കള്ളിപ്പൂവ്. എന്റെ കാതിന് ഓട്ട പോലുംല്ല.

റഷ്യേല് പെണ്ണ്ങ്ങള് കമ്മലിടുല്ലോലേ. ബാപ്പാന്റെ ഓരോ ഹിക്ക്മത്ത്കള്. രാമേട്ടൻ പിന്നെം കുടി തൊടങ്ങീണ്ട്. നായിന്റെ മക്കളേന്ന് നീട്ടി വിളിക്കുന്നു.

വെള്ളം കൂടിക്കൂടി വന്നു. ഞാറ് നടാംന്ന് പറഞ്ഞ പാടം വെള്ളത്തിനടിയിലായി.

കള്ളകർക്കിടകം.

ആൾക്കാരൊക്കെ പറഞ്ഞു. സ്കൂളിലൊക്കെ വെള്ളംകയറി. ഉപ്പുമാവ് കിട്ട്ണില്ലല്ലോ എന്ന സങ്കടംണ്ടെങ്കിലും ഒരു സന്തോഷംണ്ടായി. പോത്താഞ്ചേരിക്കാർടെ വിറക് പുരയിൽ സൽമയും ഞാനും റസിയാ സുൽത്താനയും പെറ്റ പൂച്ചയും മക്കളും. പുറത്ത് ഹജ്ജുമ്മ വര്ണോന്ന് നോക്കാൻ കുട്ടനും. ഇംഗ്ലീഷ് പാഠം വായിച്ച് ഞാൻ അവൾക്ക് അർഥം പറഞ്ഞ് കൊടുത്തു. സൽമയുടെ അനിയത്തി റസിയാ സുൽത്താനയുടെ കയ്യിലിപ്പോൾ മുലക്കുപ്പിയില്ല. അത് അതിനും താഴെയുള്ള അനിയത്തിക്ക് കൊടുത്തുപോലും.

“ഉമ്മാക്ക് ഇപ്പം എങ്ങനെണ്ട്?”

സൽമ പറഞ്ഞു “തൈെവ.”

ഇന്നലെ വാക്യത്തിൽ പ്രയോഗിക്കാൻ കൊടുത്തതായിരുന്നു അത്. ആയിശക്കുട്ടി വിറക് പുരന്റെ പിന്നാമ്പുറത്ത് കൂടെ പമ്മിപ്പമ്മി വന്നു. അവൾക്കാകെ ഒരു മാറ്റം. കർക്കിടകം വന്നേയ്ന് ശേഷം ഞാനവളെ കണ്ടിട്ടില്ല.

“എന്തേ അനക്ക്?”

അവൾ തല കുമ്പിട്ടു.

"ഞാൻ ബുലൂഹായി*. ഇഞ്ഞി ഉസ്കൂളിലേക്ക് പോര്ണില്ല."

ഞങ്ങൾ അഞ്ച് പേരായിരുന്നു ഒന്നിൽ ചേർന്നത്. ബാപ്പയാണ് ഞങ്ങളെ അഞ്ചാളേയും കൊണ്ടുപോയി ചേർത്തത്. സൽമ പുറത്ത് വീണ ഭാരംകൊണ്ട് സ്കൂള് നിർത്തി. കുട്ടൻ പണിക്കും ജാഥക്കും പോവാൻ പഠിപ്പ് നിർത്തി. ആയിശക്കുട്ടി പ്രായംതികഞ്ഞത് കൊണ്ട് ഇനി വര്ണില്ല. കല്യാണി എന്നേക്കുമായി പോയി.

ഇനി ഞാൻ മാത്രം.

വളഞ്ഞ് കുത്തി ചൊമയ്ക്കുന്ന ഈയമ്മസ്സബൂന്റെ മകൾ മാത്രം. ഒറ്റക്ക് നടന്ന് പോണം. എത്ര ദൂരം ഞാനൊറ്റക്ക് നടക്കണം? ഇനി എത്ര ദൂരം? കീറി കീറി പേജുകൾ തീർന്ന ഇംഗ്ലീഷ് ടെക്സ്റ്റ് ബുക്കിലേക്ക് എന്റെ കണ്ണീർ പെയ്തു. ആയിശക്കുട്ടിയും സൽമയും ഞാനും കൂട്ടിപ്പിടിച്ച് കരഞ്ഞു. കുട്ടൻ ഞങ്ങളെ നോക്കി നിന്നു. എന്റെ കല്യാണീ..... എന്റെ മനസ്സ് അങ്ങനെ തേങ്ങി.

---

* ബുലൂഹായി – ഋതുമതിയാകുക.

22

കല്യാണം

എനിക്ക് വിശ്വസിക്കാനേ കഴിയ്ണില്ല. ആയിശക്കുട്ടിക്ക് കല്യാണം. ദൂരെ മക്കത്തുള്ള ഒരു അറബിയാണ് കെട്ട്ണത്.

"പടച്ചോനേ അറബ്യോ?"

"കൗസാത്ത മോളെ അറബിക്ക് കെട്ടിക്കണ്ട."

ബാപ്പ പറഞ്ഞു.

"ഞങ്ങൾക്കൊരു നല്ല കാലം ബര്ണത് ഇക്കരമേല് ആര്ക്കും കണ്ട് കൂടാ."

കാല് നീട്ടിയിര്ന്ന് മുറുക്കിതുപ്പുമ്പോ കൗസാത്ത കൈസാത്താനോട് പറഞ്ഞു.

"അറബീന്ന് പറഞ്ഞാ ആരാ? പടച്ചോന്റെ അട്ത്ത ആൾക്കാരല്ലേന്ന്? ഞമ്മള് മക്കം കണ്ട്ക്ക്ണോ? നായി ചവിട്ടാത്ത ആ മണ്ണ്ന്ന് ഒരാള്ന്റെ മോളെ കെട്ടാൻ പോവാ. അത് ഇബ്ടെള്ളോര്ക്ക് ആര്ക്കും കണ്ടൂടാ."

കൈസാത്ത സൈനാത്തേനെ ഓർത്ത് നെടുവീർപ്പെട്ടു. ഞാൻ പൊരയിലേക്ക് തന്നെ നടന്നു.

"ബാപ്പാ ശിപായി വര്ണ്ണ്ട്"

ബാപ്പാക്കൊരു കമ്പി വന്നു. കമ്പിയുടെ വിവരമറിയാനാവും കൊറേ ആൾക്കാര് ഞങ്ങളെ മുറ്റത്ത് ശിപായിന്റെ കൂടെ വന്ന്ട്ട്ണ്ട്.

"ഒരു ടെലഗ്രാമുണ്ട്. ഇവിടെ ഒപ്പിടൂ."

ബാപ്പ ഒപ്പിട്ടു.

"അച്ച്യുതേട്ടൻ കണ്ണൂര് ജയില്ന്ന് മരിച്ചിക്ക്ണേലോ." ഞാൻ അമ്മാളു ഏടത്തീന്റെ അവ്ടക്ക് ഓടി. അമ്മാളു ഏടത്തി കുളിച്ച് മുടീല് തുളസിക്കതിരും വെച്ചിട്ടുണ്ട്.

"എന്തേയ് ഉമ്മക്കുട്ട്യേ?"

"ഒന്നുംല്ലാ."

കോയിമെര്യാക്കാന്റെ മക്കളും അമ്മാളു ഏടത്തീം കഞ്ഞീം കറീം വെച്ച് കളിക്കേയ്ര്ന്നു അപ്പോൾ. ആൾക്കാര് കൂട്ടം കൂട്ടമായി അമ്മാളു ഏടത്തീന്റെ മുറ്റത്തെത്തി.

കോയിമെര്യാക്ക പാഞ്ഞ് വന്ന് കോലായ്മല്ക്ക് വീണു. 'ന്റെ അച്യു താന്ന് അലറിവിളിച്ചുകൊണ്ട് നിലത്ത് കിടന്നുരുണ്ടു. കുട്ടികൾ ബാപ്പാ ക്കരികിൽ മുട്ടുകുത്തിയിരുന്നു. അമ്മാളു ഏടത്തി വെള്ളം കൊണ്ടോന്നു. കുട്ടികൾ ബാപ്പയെ മലർത്തി കിടത്തി വെള്ളം ഒഴിച്ച് കൊടുത്തു. ഗ്ലുംഗ്ലുംഗ്ലുംന്ന് വെള്ളം താഴോട്ട് ഒഴുകി. കോയിമെര്യാക്ക വിയർത്ത് കുളിച്ച് എണീറ്റ് നടന്നു.

ഞങ്ങൾ പിറകെ നടന്നു. ബീഡിതെരക്ക്ണ മുറത്തിനരികെ നെഞ്ച് തിരുമ്മി ഇരിക്ക്യാണ് ബാപ്പ.

"ഇനുക്ക് ഓന്റെ മയ്യ്യത്തെങ്കിലും ഒന്ന് കാണണം അബോ. അച്ചാൽപിന്നെ ഞാനില്ല. കുട്ടിക്കാലം തൊട്ടേ ഞങ്ങളൊന്നെയ്നീ. ഓനി ല്ലാത്ത ഈ ദുനിയാവില് ഞാൻ......" നീളമുള്ള വണ്ണമുള്ള കോയിമെ ര്യാക്ക കരഞ്ഞു. തോളിലെ തോർത്തെടുത്ത് വായയിൽ തിരുകിവെച്ചു.

"പോയി വാ."

കോയിമെര്യാക്ക നടന്നു. ചായമക്കാനീം കാഞ്ഞിരമരവും കടന്ന്. ആളോട്ടിപാറേന്റെ അതിലൂടെ നടന്നുപോയ്.

ഞാൻ പിറകെ ഓടി. ആളോട്ടിപാറമേൽ കയറി നിന്നു. മഗ്രിബി നുള്ള നഗാര അടിച്ചു. കാറ്റ് ആർത്ത് വന്നു. പാറപ്പുറത്തിരുന്നു എന്നെ കടന്ന് പാടത്തേക്ക് പോയ്. ദൂരെ ഒരു പെട്രോമാക്സ് വെളിച്ചത്തി കുറെ ആൾക്കാര് നടന്ന് വര്ണുണ്ട്. കളിതമാശകൾ പറഞ്ഞ് ചിരിക്ക്ണ ആ കൂട്ടർക്കിടയിൽ ചൂളക്കാരൻ ഉസ്മാനെ മാത്രമേ എനിക്ക് പരിചയമുള്ളൂ.

നിസ്കാരക്കുപ്പായംപോലെത്തെ നീണ്ട് വെളുത്തൊരു കുപ്പായമിട്ട ഒരാൾ തലയിൽ കറുപ്പും വെളുപ്പും വട്ടത്തിൽ കെട്ടിവെച്ചൊരാൾ നടു വിൽ നിന്ന് പൊട്ടിച്ചിരിക്കുന്നു. മാതാളനാരങ്ങയുടെ അല്ലികളുടെ റോസ് നിറമാണ് അയാളുടെ കവിളിന്.

പടച്ചോനെ അറബി. ഞാനുരുണ്ട് പിരുണ്ട് പാറപ്പുറത്ത് നിന്നോടി.

"ഉമ്മാ അറബി വര്ണുണ്ട്. അയാളെ കണ്ടാല് പേട്യാവും."

ഉമ്മയും ബാപ്പയും പൊറത്തെറങ്ങിനിന്നു. അറബിയെ കണ്ടു.

"കുട്ടീനെക്കാളും മൂന്നിരട്ടിപ്രായം."

ബാപ്പ മരത്തൂണ് പിടിച്ച് ഒറ്റക്ക് നിന്ന് പറഞ്ഞു.

കല്യാണ പാർട്ടിക്കാര്ടെ പിന്നാലെ ഞാൻ കൗസാത്താന്റെ അവടക്ക് കടന്നു. നെയ്ചോറിന്റെയും ഇറച്ചികൂട്ടാന്റേയും മണം. ഈന്തോലകൊണ്ട് മറച്ച ചെറിയ പന്തലിൽ അദ്ദുമൊയ്ല്യാരും അറബിയും ആയിശക്കുട്ടീന്റെ ബാപ്പയും കുനിഞ്ഞ് എന്തോ സ്വകാര്യം പറയുന്നു. 'നിക്കാഹഹ' എന്നു റക്കെ പറയുകയും ചെയ്തു.

ഞാൻ പതുക്കെ പിന്നാമ്പുറത്തെത്തി. ആയിശക്കുട്ടി അവ്ടെ നിൽക്ക്ണുണ്ട്. ഞാനവളെ തൊട്ടു. അവളുടെ കണ്ണ് വെള്ള്യാഴ്ച അറക്കാൻ നിർത്തിയ പോത്തിന്റേത്പോലെണ്ട്.

"ചോറ് ബെയ്ചോ?" ഞാൻ ചോദിച്ചു.

അവൾ ഇല്ലെന്ന് തലയാട്ടി.

"എന്തേ?"

"ഇന്ക്ക് മേണ്ട"

"അതെന്താ?"

"എത്രമാത്രം വിളിക്കാത്ത കല്യാണത്തിന് പോയോരാണ് നമ്മള്. എന്ന്ട്ട് ഇപ്പം സ്വന്തം കല്യാണത്തിന്റെ ചോറ് വേണ്ടേ അനക്ക്?"

"ഇന്ക്ക് പയ്ക്കിണില്ല പെണ്ണേ"

അവളെന്റെ തോളിലേക്ക് ചാഞ്ഞു.

23

ഇ എം എസ്

"**ക**ണ്ടത്തില് ഞാറ് നടലാ. ഇങ്ങള് പോര്ണോ?" കൊലത്തി നേരം വെളുത്ത പാടെ വന്നു.

"എത്രച്ചാ കടം മേങ്ങാ. രണ്ടീസം തെരച്ചപ്പ്ള്ക്കും ഇങ്ങക്ക് വയ്യ്യാണ്ടായിലേ?"

ബാപ്പാന്റെ മൊകം നെറച്ചും വ്യസനം വന്നു.

"പിന്നെയ് ബാപ്പ ഇബടെ ഒറ്റക്കാ. തെണ്ടിപെറ്ക്ക് നടക്കാണ്ടെ ഇബടെ കുത്തിര്ന്നോട്ടൊ."

ഞാനൊന്നും പറയാൻ പോയില്ല. അപ്പം ഇന്ന് സ്കൂളില് പോണ്ട. ഓണപ്പരീക്ഷ്യാ നാളെ മുതല്. അത് ഉമ്മാക്കറിയൂലാ. അടുപ്പന്റെ കഞ്ഞിക്കലത്തിൽനിന്ന് കഞ്ഞിപാർന്നു ഞാൻ ആറ്റി. കോലായ്മന്ന് ബാപ്പാന്റെ ചൊമ കേൾക്ക്ണ്.

"ബാപ്പാ കഞ്ഞികുടിക്ക്യാ."

വേണ്ടാന്ന് കയ്യോണ്ട് ആംഗ്യംകാട്ടി. ഞാൻ ഇല്ലിപ്പടി കടന്ന് ഓവുപാലത്തിന്റെ മുകളിൽ കയറിനിന്നു. നിമ്മിണിക്കാരുടെ കണ്ടത്തില് ഞാറ് നടൽ. ചെറിയ ഞാറ്റ് കെട്ടുകൾ മഞ്ഞവെള്ളത്തിൽ കൂട്ടിയിട്ടിരിക്കുന്നു. കൊലത്തി വേഗം വേഗം ഞാറ് നടുന്നു. ഉമ്മാക്ക് വേഗം പോരാ.

ഞാറ് നടുമ്പളും കൊലത്തിക്ക് പാട്ടറിയാം. നടു നിവർത്താതെ ഞാറ് നടുമ്പം എങ്ങന്യാ പാട്ടുപാടുക? പണിക്കാരത്ത്യേൾക്ക് നിമ്മിണീന്ന് കഞ്ഞിണ്ട്. ചോന്ത ചമ്മന്തീം.

ആയിശക്കുട്ടിന്റെ അറബീം സിൽബന്തികളും കൂടെ ഓവുപാലത്തിന്റെ അവ്ടന്ന് നീണ്ട് പരന്ന പാടത്തെ ഞാറ് നടൽ കാണുന്നു. മൂപ്പരുടെ നാട്ടില് ഇതൊന്നും ഇല്ലേരിക്കും. അറബീം കൂട്ടരും ഓവുപാലം കയറി നിന്നു.

ഞാൻ ചാളക്കലേക്ക് നടന്നു. ചാണകം മെഴുകിയ നിലത്ത് ജാനു കുത്തിരിക്ക്ണ്. മുറ്റത്തെ അടുപ്പിൽ തിളച്ച് മറിയുന്ന കഞ്ഞി. കുട്ടനുണ്ട് വല കെട്ടുന്നു.

"ഇന്ന് ഉസ്കൂളില്ലേ?"

വല്ല്യ കാരണവരെ പോലെ അവനെന്നെ നോക്കി.

ഞാൻ വെറുതെ മൂളി. ചാളക്കലെ മേലെ ഇടവഴിയിലൂടെ കമ്പോണ്ടരുടെ മുറ്റത്തൂടെ അമ്മാളു ഏടത്തീന്റെ അവ്ടക്ക് നടന്നു. അമ്മാളു ഏടത്തി ഒറ്റക്കിരിക്കുന്നു. നെറ്റിയിൽ പൊട്ടില്ല. ഞാൻ അമ്മാളു ഏടത്തീനെ ചാരിയിരുന്നു. എന്നെ കണ്ടപ്പോൾ കണ്ണ് നിറഞ്ഞ് വന്നു.

"കോയിമെര്യാക്ക പോയി കണ്ടോ അച്യുതേട്ടനെ?" അമ്മാളു ഏടത്തി ഉറക്കെ കരഞ്ഞു. പിന്നെ ചോദ്യംല്ല ഉത്തരവും ഇല്ല. ഞാൻ കൊറച്ച് നേരംകൂടെ അവ്ടെ കുത്തിരുന്നു. പിന്നെ നടന്നു.

ഞങ്ങളുടെ മുറ്റം നിറയെ ആൾക്കാര്.

"എന്തേയ്" ഞാനോടി അടുക്കളയിലൂടെ അകത്ത് കയറി. ബാപ്പയുണ്ട് ചാരി കിടക്കുന്നു. ബാപ്പാന്റെ കട്ടിലിൽ ഒരാൾ ഇരിക്കുന്നു.

ബാപ്പ എന്നെ അടുത്തേക്ക് വിളിച്ചു.

"ഇ എം എസ്"

"ബദ്‌രീങ്ങളെ" ഞാൻ അന്തംവിട്ടു.

മൂപ്പര് എന്നെ നോക്കി ചിരിച്ചു. പിന്നെ ബാപ്പയോട് എന്തോ പറഞ്ഞു. പതുക്കെ എഴുന്നേറ്റു. ബാപ്പയുടെ രണ്ടു കയ്യും കൂട്ടിപ്പിടിച്ച് എന്തോ കൊടുത്തു.

"ഒരു ജ്യേഷ്ഠൻ തരാന്ന് കരുത്യാമതി."

അവരൊക്കെ പൊറത്തിറങ്ങി നടന്നു. ഞാനവരുടെ പിന്നാലെ നടന്നു. ആളോട്ടിപാറ കേറി നിന്നു. അങ്ങാടിൽക്കുള്ള വഴിയിൽ ഒരു വെളുത്ത കാറ്. ഇ എം എസ് അതിൽ കയറി വേറെ ചിലരും. കാറ് അകന്നകന്ന് പോയ്.

ഉമ്മയും കൊലത്തിയും പണി കഴിഞ്ഞ് വര്ണുണ്ട്. "ഉമ്മാ ഇ എം എസ്"

"എവ്ടെ?"

ഉമ്മയും കൊലത്തിയും ഒപ്പം ചോദിച്ചു. മറഞ്ഞ് പോകുന്ന വെള്ളക്കാറിന്റെ പിന്നാമ്പുറം പോലും അവര് കണ്ടില്ല.

"ഞങ്ങള് കണ്ടില്ല."

ഉമ്മാനെക്കാളും സങ്കടം കൊലത്തിക്കാ.

പോത്താഞ്ചേരിക്കാര്ടെ മുള്ളുവേലിക്കരികിൽ സൽമ. ഇളയകുട്ടി മുലക്കുപ്പിയിൽ നിന്നെന്തോ കുടിക്കുന്നു. റസിയാ സുൽത്താന എന്നെ നോക്കി നിൽക്കുന്നു. ഞാൻ പോത്താഞ്ചേരിക്കുള്ള പടികയറി.

"ഉമ്മ ഓട്ത്തു സൽമാ?"

"പോയി"

"പിന്നേം പോയോ?"

"ഇഞ്ഞി വന്നാൽ ഞാൻ ഉമ്മത്തും കായേന്റെ കുരു അരച്ച് കൊടുക്കും. മരിച്ചോട്ടെ."

സൽമ അനിയത്തിമാരേം കൂട്ടി ഒരു കാറ്റ്പോലെ കടന്നുപോയി.

24

വഅള്

മൗലൂദ്.

അന്ത്യപ്രവാചകൻ ജനിച്ച മാസം.

എന്നും രാത്രി വഅള്*ണ്ടാവും. ഞാനും ഉമ്മയും കൊലത്തിയും കൗസാത്തയും കൈസാത്തയും വഅള് കേൾക്കാൻ പോവ്വാണ്. കാട്ടി ലേയ് പാടത്തിന്റെ ആകാശത്ത് അമ്പിളി.

നിലാവ്. തണുത്ത കാറ്റ്. കൊയ്തിട്ട പാടത്ത് കറ്റയുടെ കുറ്റികൾ കാലിൽ കുത്തുന്നു. വഅള് കേക്കാൻ കൊറേ ആൾക്കാര് അവട്ന്നും ഇവട്ന്നും പോണുണ്ട്.

വലിയ ജുമാമസ്ജിദിന്റെ അടുത്താണ് മദ്രസ. മദ്രസേന്റെ മുറ്റ ത്താണ് വഅള്.

"മൗലായ സ്വല്ലിവസാ ലിൻദായ മൻഹബദാ

എലായ ബീബികഹൻ ലിൽഹലിക്കി കുല്ലിഹിമി....."

ദൂരെ നിന്നേ കാളത്തിലൂടെ ഒഴ്കി വരുന്ന സ്വലാത്ത്. ഞങ്ങളെ ത്തിയപ്പോൾ മറച്ച് കെട്ടിയ സ്റ്റേജിൽ വെളുത്ത തുണീം കുപ്പായോം വെളുത്ത തലെക്കെട്ടും കെട്ടിയ അഞ്ചാറ് ഉസ്താദ്മാർ. ചന്ദനത്തിരിയുടെ മണം കാറ്റിലാടുന്നു. പെട്രോമാക്സിന്റെ വെളിച്ചത്തിൽ എനിക്ക് ആ സ്റ്റേജിലേക്ക് നോക്കിയപ്പോ സ്വർഗം കാണാന്ന് തോന്നി.

വഅള് പറയാൻ തുടങ്ങി. ഞാൻ ഉമ്മാനെ ചേർന്നിരുന്നു. അതിഭയ ങ്കരമായ നരകത്തിന്റെ ചൂടിനെപ്പറ്റി മൊയ്ല്യാര് കൊറെ കാര്യങ്ങള് പറ ഞ്ഞു. നിസ്കരിക്കാത്തോര്ക്കുള്ള ശിക്ഷ കേട്ടപ്പോൾ എനിക്ക് പേടിയാ വുന്നു. എനിക്ക് ഒരു നിസ്കാരക്കുപ്പായംപോലുമില്ല. ഒരായിരം

---

* മതപ്രഭാഷണം

കൈത്തുന്നലുള്ള ഉമ്മാമാന്റെ നിസ്കാരക്കുപ്പായമാണ് ഉമ്മാക്ക്. വഅളിന്റെ ഒച്ചയിൽ എന്റെ കൺപോളകളടഞ്ഞു. ഞാൻ നരകം സ്വപ്നം കണ്ട് അവിടെ കെടന്നുറങ്ങി.

വഅളിന്റെ അവസാനം ഒരു ലേലം വിളിണ്ട്. ആ ലേലം വിളിയിലേക്കാണ് പിന്നെ ഞാൻ കൺതുറന്നത്. പാലാണ് ലേലം വിളിക്കുന്നത്.

"മുഅമിനിങ്ങളേ.... അള്ളാഹുവിന്റെ സ്വർഗപ്പൂന്തോപ്പിലെ ഔളൽ കൗസറിൽനിന്നും ഇറങ്ങി വന്ന ഈ പാല് കുടിച്ചാൽ പിന്നെ ദാഹമോ വിശപ്പോ ഉണ്ടാവുകയില്ല. ആലമീങ്ങളേ നിങ്ങളോരുരുത്തരും ഈ ലേലം വിളിയിൽ പങ്കെടുക്കണേ......."

"സ്വല്ലള്ളാഹുഅലാമുഹമ്മദ്
സ്വല്ലള്ളാഹു അലൈവസ്വല്ലി
യാറമ്പി സ്വല്ലി അലാമുഹമ്മദ്
അള്ളാഹുമ്മസ്വല്ലി അലൈവസ്വല്ലിം."

വഅള് പറഞ്ഞ ഉസ്താദ് വീണ്ടും സ്വലാത്ത് ചൊല്ലി. മാനത്തമ്പിളി കെട്ടു. കറുത്ത ഇരുട്ടത്ത് തിരിതാഴ്ന്ന പോകുന്ന പെട്രോമാക്സ് വെളിച്ചത്തിൽ ആൾക്കാർ ലേലം വിളിച്ചു തുടങ്ങി.

"പത്ത്"

"ഇരുപത്"

"മുപ്പത്"

"നാപ്പത്"

"അമ്പത്"

പല ഒച്ചകൾ മാറി മറിഞ്ഞു.

കേവലം അൻപതുറുപ്പികക്ക് അള്ളാഹുവിന്റെ ഔളുൽ കൗസറിലെ ഈ പാൽ തേനിനെക്കാൾ മധുരമുള്ളതും പാലിനെക്കാൾ ഗുണമുള്ളതുമായ ഈ പാൽ..... മുഅമിനീങ്ങളേ....... കേവലം അൻപതുറുപ്പികക്കാണോ നിങ്ങള് ലേലം വിളിക്ക്ണത്............

"സ്വല്ലള്ളാഹുവലാമുഹമ്മദ്
സ്വല്ലള്ളാഹുവലൈവസ്വല്ലീം"

സ്വലാത്ത് തുടർന്നു. പിന്നെ വിളിയൊച്ചകൾ ഒന്നും തന്നെ കേട്ടില്ല.

കനത്ത് ഇരുട്ടിലേക്ക് ഒരു ഒച്ച.

"നൂറ്"

മൊയ്ല്യാരുടെ മുഖം പതിനാലാം രാവായി.

"നൂറോ?" കൊലത്തി ചോദിച്ചു.

"നൂറുറുപ്പികണ്ട്ച്ചാല് ഒരു പുള്ളിപ്പയ്യിനെ മാങ്ങേയ്നി" കൈസാത്ത പതുക്കെ പറഞ്ഞു.

"നൂറുറുപ്പികക്ക് തേനിനെക്കാൾ മധുരമുള്ള പാലിനെക്കാൾ ഗുണമുള്ള അള്ളാഹുവിന്റെ ഔളുൽ കൗസറിലെ ഈ പാൽ കുടിക്കാൻ തയ്യാറായ ആ മു അ് മിനായ ആലിമ് ഇങ്ങോട്ട് കടന്ന് വരേണ്ടതാണ്."

എല്ലാവരും വഴി മാറിക്കൊടുത്തു. പെട്രോമാക്സിന്റെ വെളിച്ചം കുറഞ്ഞ് കുറഞ്ഞ് വന്നു. ചുവപ്പായി. ചുവപ്പ് വെളിച്ചത്തിൽ പാൽ ഗ്ലാസ് നീട്ടിപ്പിടിച്ച് നിൽക്കുകയാണ് ഉസ്താദ്. ഉസ്താദിന്റെ കയ്യിൽനിന്നും പാൽ ഗ്ലാസ് വാങ്ങി ഒറ്റവലിക്ക് കുടിച്ച് ആ ആൾ തിരിഞ്ഞ് നിന്നു. ആ ഇത്തിരി വെളിച്ചത്തിലും ഞങ്ങൾക്ക് ആളെ മനസിലായി.

പ്രാന്തൻ അദുമാൻ!

"പടച്ചോനെ പറ്റിച്ച്"

പെണ്ണ്ങ്ങൾ നെഞ്ചത്തടിച്ചു. ചിരിപൊട്ടിയ ആണുങ്ങൾ അത് അടക്കിവെച്ചു.

"പാലിനേയ് ഇങ്ങള് പറഞ്ഞ അത്ര വെല്യൊന്നും ഇല്ല. അയ്മ്പത് പൈസ്യാ ഒരു ക്ലാസ് പാലിന്. പോരാത്തേയ്ന് അത് അള്ളാന്റെ ഔലുൽ കൗസറിലെ പാലല്ലെ. ഇങ്ങളെ പൊരേന്ന് കൊണ്ടോന്നത് അല്ലാലോ?"

അദുമാൻ ചിരി തുടച്ച് പള്ളിപ്പറമ്പിലേക്ക് നടന്നുപോയ്. വഅളിന്റെ കണക്ക് എഴുതുന്ന പുസ്തകത്തിൽ നിന്നും ആ മുഅ്മിനീന്റെ പേര് വെട്ടി. അവസാനത്തെ വെളിച്ചവും കെട്ടു. ആ കട്ട പിടിച്ച ഇരുട്ടത്ത് ഞങ്ങൾ നടന്നു.

25

ഡെറ്റോൾ

ചുണ്ടിൽ ചാർമിനാർ സിഗററ്റ് പുകച്ച് കാട്ടുപൊന്തകളിൽ മറഞ്ഞിരുന്ന് കുളിക്കടവിലേക്ക് നോക്കിയിരിക്ക്ണ ഒസാൻ മൊയ്തു വന്നിട്ടുണ്ട്. ബോംബായീന്ന് മൊയ്തു അങ്ങാടീലൊരു ബാർബർഷാപ്പ് തുടങ്ങി. 'മൊയ്തു സലൂൺ'. ചൊമര് നിറച്ച് കണ്ണാടീം തിരിയ്ണ കസേരയും പതപ്പിക്ക്ണ മണമുള്ള ഒരു സാധനവുംണ്ട്. പന്തകലാത്തെ ഹാജ്യാര് മുടിവെട്ടാൻ കാത്ത് നിൽക്ക്ണ്ണ്ട്. ചാത്തന്ണ്ട് കസേരമല്. മൊയ്തു തിരിച്ച് തിരിച്ച് ചാത്തന്റെ മുടി വെട്ട്ണുണ്ട്.

ചാത്തനെ പുതപ്പിച്ച വെള്ള മുണ്ടിൽ നിറയെ മുടി. താഴെ വെച്ച ബക്കറ്റിലേക്ക് മൊയ്തു മുടി കുടഞ്ഞിട്ടു. ഹാജ്യാര് തിരിയ്ണ കസേര മേൽക്ക് കയറി. മൊയ്തു മുടികുടഞ്ഞു മുണ്ട് ഹാജ്യാരെ പുതപ്പിച്ചു മുടിവെട്ടാൻ തുടങ്ങി. ഹാജ്യാർടെ മൊകം കടന്നൽ കുത്തിയത് പോലെ വീർത്തിട്ടുണ്ട്.

"അങ്ങാടിക്കുടെ തെണ്ടി നടക്കാണ്ടെ കുടീ പോകാൻ നോക്ക് കുട്ട്യേ?"

ഹാജ്യാര് ഈറ പിടിച്ചെന്നോട് പറഞ്ഞു.

ഞാൻ അങ്ങാടീൽന്ന് തിരിച്ച് പോരുമ്പോ കുട്ടനുണ്ട് ഓട്ണ്. അവന്റെ കയ്യിൽ കൊടിയുണ്ട്.

"കുട്ടാ...... കൂയ്......."

അവൻ കൊടി ഉയർത്തിപ്പിടിച്ചു ചിരിച്ചു.

"എങ്ങടാ?"

"ജാദണ്ട്. പറഞ്ഞ് നിക്കാൻ നേരല്ല. ഇന്നേയ് ബാപ്പ വര്ണ്ണ്ട് ജാദക്ക്."

എനിക്കതിശയം തോന്നി. വളഞ്ഞ് കുത്തി ചൊമക്ക്ണ്ണ്ട് ഇപ്പളും. ന്നട്ടും ജാഥക്ക് പോണോ? ഞാൻ വേഗം പൊരയിലേക്ക് നടന്നു.

"ഉമ്മാ ബാപ്പ എവ്ടെ?"

"ആ ഇന്ക്കറീലാ."

ഞാൻ നേരെ ആളോട്ടിപാറമേൽക്ക് ഓടി. അങ്ങാടിഭാഗത്ത് നിന്ന് കോലോർന്ന്മലൂടെ ഒരു ജാദ പോണ്ണ്ട്. ബാപ്പണ്ട് മുന്നിൽകൊടി പിടിച്ച്. പോത്താഞ്ചേരിയിലെ പടി കടന്ന് ചെന്നപ്പം ഹജ്ജുമ്മണ്ട് മുന്നില്. സൽമ നെല്ല് ചാക്കിലാക്കുന്നു.

"ഇജേയ് ഇബളെ പഠിപ്പിച്ച് മസ്ട്രച്ചി ആക്കണ്ട. ഓളെ ഉമ്മേയ് കൊല്ലംകൊല്ലം പള്ളേല്ണ്ടാക്കി ബരും. ഇപ്പളും പോയ്ക്ക്ണ് പള്ളേ ല്ണ്ടാക്കാൻ. ഹറാംപെറന്നോള്. ഇപ്പം മൂന്നെണ്ണത്തിനും തീറ്റ ഇബട്ന്നാ."

നെല്ല് ചാക്കിലാക്കുന്ന കൈകൾ വിറക്ക്ണുണ്ട്. അവളുടെ കണ്ണിൽ തീപാളി. റസിയാസുൽത്താന കുറ്റിച്ചൂലെടുത്ത് മുറ്റം അടിച്ച് വാരുന്നു. ഉമ്മാച്ചു അഞ്ച് വിരലും വായിലിട്ട് മൂക്കൊലിപ്പിച്ചിരുന്ന് കരയുന്നു. എനിക്ക് കാണാൻ വയ്യ്യ. ഞാൻ കാഞ്ഞിരമരച്ചോട്ടിലൂടെ നടന്ന് ചായമക്കാനീന്റെ അതിലേക്കൂടെ കമ്പോണ്ടർടെ വീടിന്റെ അതിലെക്കൂടെ അമ്മാളു ഏട ത്തിന്റെ അവടേക്ക് നടന്നു.

അമ്മാളു ഏടത്തി വാഴച്ചോട്ടിലിരുന്ന് ഛർദ്ദിക്കുന്നു.

"അമ്മാളു ഏടത്ത്യേ?"

"എന്തേയ് ഇങ്ങക്ക്ന്ന്" ഞാൻ പുറം തിരുമ്പികൊടുത്തു.

"പള്ളേ ബെരത്തം ആണ്."

തൊട്ടുപിറകിൽ നീണ്ട് വലിയ കോയിമെര്വാക്ക നിൽക്ക്ണ്. ചെറിയ കുട്ടീനെ എടുക്കുമ്പോലെ അമ്മാളു ഏടത്തീനെ എടുത്തുമൂപ്പര് അകത്ത് കൊണ്ടോയി കെടത്തി. തോളിലെ മുണ്ടെടുത്ത് വീശിക്കൊടുത്തു.

ചൂടുള്ള കഞ്ഞി പാർന്ന് അമ്മാളു ഏടത്തിക്ക് ഒഴിച്ച് കൊടുത്തു. അത് കുടിച്ചപാടെ പുറത്തേക്കെടുത്തു. കോയിമെര്യാക്ക കൈ കാട്ടി കൊടുത്തു. കിടന്ന കിടപ്പിൽ അമ്മാളു ഏടത്തി കോയിമെര്യാക്കാന്റെ കൈകളിലേക്ക് ഛർദിച്ചു. വീണ്ടും തളർന്ന് കിടന്നു.

അമ്മാളു ഏടത്തീന്റെ എടങ്ങേറ് കാണാൻ വയ്യ്യാ. ഞാൻ ഇല്ലിപ്പടി ചാരിവെച്ച് പുറത്തിറങ്ങി നടന്നു. ആയിശക്കുട്ടിനെ കണ്ടിട്ട് കൊറേ ദിവ സമായി. അവര്ടെ കോലായ്മല്ന്ന് ഒരു റേഡിയോ പാട്ട് കേൾക്ക്ണുണ്ട്. ഒസ്സാൻ മൊയ്തു അറബിന്റെ താടി വടിക്ക്യാണ് അറബി രസിച്ചിരി ക്കുന്നു.

ഞാൻ അവരെ കാണാതെ പിന്നാമ്പുറത്ത് കൂടെ അടുക്കളയിലെ ത്തി. അവിടെ ആരുമില്ല. എന്റെ കാലൊച്ച കേട്ടാവാം പൊരുന്നാൻ വെച്ച തള്ളക്കോഴി കാക്കൊലിച്ചു. ആയിശക്കുട്ടിന്റെ ഉമ്മ അടുക്കളയിലേക്ക് പാഞ്ഞ് വന്നു.

"ന്തേയ്?"

അവരുടെ മുഖം നെറച്ചും കരുവാളിപ്പ്.

"ആയിശക്കുട്ടീനെ കാണാൻ വന്നതാ."

"ഓൾക്ക് സൊകംല്ല."

എന്റെ ഒച്ച കേട്ടാവണം അകത്ത് അവള് പറയ്ണുണ്ട്.

"ഉമ്മാ ഓളോട് ഇങ്ങട് വരാൻ പറീ."

കുണ്ടമുറീല് നല്ല ഇരുട്ട്. വെയിലത്ത്ന്ന് വന്നിട്ട് എനിക്കൊന്നും കാണാൻ കഴിയ്ണില്ല. ഇരുട്ടത്ത്ന്ന് ഡെറ്റോളിന്റെ മണം പൊന്ത്ണുണ്ട്.

"ആയിശക്കുട്ട്യേ" ഞാൻ ആ ഇരുട്ടിലേക്ക് വിളിച്ചു.

"ഇങ്ങട് വാ" അവളെന്നെ വിളിച്ചു.

ഉയരമുള്ള മെതി ചാടിക്കടന്ന് ഞാൻ കുണ്ടമുറിയിലേക്കിറങ്ങി.

"ഇനുക്ക് അന്നെ കാണാൻ പറ്റ്ണില്ല" ഞാൻ ആ ഇരുട്ടിനോട് പറഞ്ഞു.

"ഇജ്ജ്ന്നെ കാണണ്ട. ഞാനേയ് കാണാൻ പറ്റാത്ത കോലത്തീലായീണ്ട്."

ഇരുട്ട് തെളിഞ്ഞ് വന്നു. അവളിരിക്കുന്നു. ഞാനും ഇരുന്നു.

"എന്തേയ് അനക്ക്?"

ഞാനപ്പോൾ ശരിക്കും കണ്ടു. അവളൊന്നും ഉടുത്തിട്ടില്ല. തൊട്ടിപ്പാത്രത്തിൽ എറങ്ങി ഇരിക്ക്യാണ് ഡെറ്റോൾ വെള്ളത്തിൽ.

"ഡെറ്റോളായാല് നീറൂലോ?"

അവളൊന്നും മിണ്ടിയില്ല. എന്റെ കൈ പിടിച്ചു. ആ കൈ തണുത്തിരിക്കുന്നു. എന്റെ കൈയിലേക്ക് ചൂടുള്ള കണ്ണീർത്തുള്ളികൾ ഉറ്റിറ്റ് വീണു.

"മേലാകെ വേദന്യാണ്. അയാളെ ഇരുമ്പോണ്ടാണ്ടാക്കീത്. സെയ്ത്താൻ മരിച്ച് കിട്ട്യാ മത്യേയ്‌രുന്നു."

"മൂപ്പര് ബര്ണ്ണ്ട്"

കൗസാത്ത ബേജാറോടെ പറഞ്ഞു.

ഞാൻ പിടഞ്ഞെണീറ്റു. ഞാൻ കുണ്ടമുറീടെ വാതില് കടന്നതും അയാളെത്തി. എന്നെ തുറിച്ച് നോക്കി. തല നരച്ചിട്ടുണ്ട് അയാൾടെ. ഞാൻ പുറത്തേക്കോടി. കോലായ്മലെ പടാപ്പുറത്ത് ആയിശക്കുട്ടിന്റെ ബാപ്പ ദൂരേക്ക് നോക്കി ഇരിക്ക്ണ്ണ്ട്. മൊയ്തുവും റേഡിയോ പാട്ടും ആളോട്ടി പാറ കേറി പോവ്ണുണ്ട്. മൊയ്തുവിന്റെ റേഡിയോ പാടുന്നു.

മാനസമൈനേ വരൂ..........

26

ഹൈസ്കൂൾ

"ഇഞ്ഞി ഇജ് റേസൻ പീടേ്യൽക്ക് പോവണ്ട."

ഉമ്മ പുരികത്തിന് മേലേക്ക് കണ്ണുയർത്തി പറഞ്ഞു.

"ഇജേയ് ഇഞ്ഞ് ഹെസ്കൂളിൽക്കാപോണ്ടത് കിള്ളക്കുട്ട്യാന്നാ അന്റെ വിജാരം?"

"മറിയംബീ ഹൈസ്കൂൾ ന്നാ പറഞ്ഞാ ലോകത്തിന്റെ അവസാനം ഒന്നും അല്ല. ഓളെ ഇജ് പറഞ്ഞ് പേടിപ്പിക്കണ്ട."

"ബാപ്പാ കോയിമെരാക്കണ്ട് വര്ണ്."

മൂപ്പര് ബാപ്പാന്റെ അടുത്തിരുന്നു. പതുക്കെയാണ് സംസാരം. ഞാൻ ഒന്നുകൂടെ ബാപ്പാന്റെ അടുത്തേയ്ക്ക് നീങ്ങിയിരുന്നു.

"ഇജ് ചെയ്തേല് തെറ്റൊന്നുംല്ല. ഭർത്താവില്ലാത്ത പെണ്ണാ വിധവ്യാണ്. അവൾക്കൊരു ജീവിതം കൊട്ക്ക്ണതില് തെറ്റൊന്നുംല്ല. ഓളെ പട്ടിണിക്കിട്ടില്ലാലോ? പിന്നെ മനസ്സ്കൊണ്ട് പൊരുത്തപ്പെടാൻ ഓൾക്കാവും."

"ന്റെ അച്യുതൻ ന്നോട് പൊറ്ക്കോ അബോ?"

"ഓള്ടെ സമ്മതംല്ലാതെ ഇജൊന്നും ചെയ്തിട്ടാല്ലാന്ന് ഓള് ന്നോട് പറഞ്ഞിക്ക്ണ്. ധൈര്യായിട്ട് പൊയ്ക്കോ. ഇബടെ ഞാനുണ്ട്."

"ന്നാ ഞാൻ പോണ്."

വാതിൽ കട്ടിള മുട്ടാതിരിക്കാൻ തല താഴ്ത്തിയിറങ്ങി കോയിമെരാക്ക.

"മോൾക്ക് പുത്യേ സ്കൂളില് പോണ്ടേ?"

"ഇനുക്ക് ഇനി പോണ്ട ബാപ്പാ."

"കയറഴിച്ചിട്ട പയ്യിന്റെ മാതിരി തെണ്ടി നടക്കണം ഓൾക്ക്" ഉമ്മ അടുക്കളയിൽ നിന്നോടി വന്നു.

“മോളേ സ്കൂളില് പോണം. പഠിക്കണം. പഠിച്ച് പഠിച്ച്......” പിന്നെ ബാപ്പ ഒന്നും പറഞ്ഞില്ല.

“പോത്താഞ്ചേരിക്കാർടെ അവ്ടത്തെ കുട്ട്യോൾടെ പുസ്തകം ഞാൻ ചോയ്ച്ചീണ്ട്.” ഉമ്മ പറഞ്ഞു.

“ടൈലറ് ദാമോദരേട്ടനോട് പറഞ്ഞ് ഒരു പാവാടേം കുപ്പായവും ഞാൻ പറഞ്ഞിട്ടുണ്ട്.” ബാപ്പ പറഞ്ഞു.

പുതിയ പാവാടക്ക് നല്ല കട്ടിണ്ട്. നല്ല ഇറക്കവും. കുപ്പായം നല്ല ടൈറ്റാണ്. ഞാൻ വലുതായ വിവരം കുപ്പായമറിഞ്ഞിട്ടില്ല. പുതിയ സ്കൂളിലേക്ക് ദൂരം ഒരുപാടുണ്ട്. കുന്ന്കയറണം കിതയ്ക്കണം. ചരൽക്കല്ലുകൾ നിറഞ്ഞ മുറ്റത്ത് ചെരിപ്പിടാത്ത കാല്വെക്കുമ്പോൾ വേദനിക്കും. മതിലുള്ള ക്ലാസ് മുറികളാണ് ചുമരിലൊക്കെ ആണിന്റേം പെണ്ണിന്റേം പേരെഴ്തി വെച്ചിട്ടുണ്ട്.

കല്യാണീം കുട്ടനും ആയിശക്കുട്ടീം സൽമയും ഇല്ലാത്ത ഈ മുറ്റം എന്റേതല്ല. ഇത് മറ്റാരുടേയോ സ്കൂളാണ്.

അധ്യാപകർ വന്നും പോയുമിരുന്നു. ഉച്ചബെല്ലിൽ ഊണ് കഴിക്കാനോടുന്ന കുട്ടികൾ. നാല് എ യിലുണ്ടായിരുന്ന ലീഡർ അസ്‌ലം എന്നെ അവജ്ഞയോടെ നോക്കി. അവന്റെ ചോറ്റുപാത്രത്തിന്റെ പുറത്ത് വെളിച്ചെണ്ണയിൽ കുളിച്ച ഒരു കറിവേപ്പില. അവന്റെ കയ്യിൽ ചമ്മന്തിത്തരികൾ. അവനത് നക്കിത്തുടച്ച് കൈ കഴുകാൻ പോവുന്നു.

“വല്യസ്കൂളില് ഉപ്പുമാവില്ല.”

വൈകുന്നേരം സ്കൂള് വിട്ടു. കുന്നിറങ്ങി റോഡിലൂടെ നടന്ന് നടന്ന് വീടെത്തിയപ്പോൾ ആരുമില്ല. കമ്പോണ്ടരുടെ വീട്ടുമുറ്റത്തൊരാൾക്കൂട്ടം. കൈസാത്താന്റെ നെഞ്ചത്തടിച്ചുള്ള കരച്ചിൽ. “ന്റെ സൈനൂ.... ന്റെ സൈനൂ....”

“ഇന്നാള് ചാടിപ്പോയ സൈനാത്തയല്ലേ.......” കുട്ടൻ പറഞ്ഞ് തുടങ്ങി.

കാതിലെ മാസമ്പര ആട്ടി, ചന്തി കുലുക്കി നടന്ന് ആരും കാണാതെ പുഴയോട് സങ്കടം പറഞ്ഞ് കരയുന്ന സൈനബ. ഉമ്മ പൊലാടിച്ചീന്ന് വിളിക്ക്ണ സൈനബ.

“ആ സൈനബ മരിച്ച്ക്ക്ണ്. മയ്യത്ത് കമ്പോണ്ടർടെ മുറ്റത്താ കെടത്തീക്ക്ണത്.”

കുട്ടൻ ഒരു സ്വകാര്യംപോലെ പറഞ്ഞു.

“ആരോ കൊന്നതാണത്രെ. ചാടിച്ച് കൊണ്ടോയോൻ ഓളെ വിറ്റൂന്ന്.”

“വിൽക്കേ ഇതെന്താ അരീം മൊളകും ഉപ്പും ആണോ വിൽക്കാൻ? സൈനബ്യല്ലേ” ഞാൻ കുട്ടനോട് ചോദിച്ചു.

“അതൊന്നും ഇൻക്കറീലാ. വിറ്റോലോ. എല്ലാരും പറയ്ണുണ്ട്. എല്ലാരും. മൂക്ക് കീപ്പട്ടായോരൊക്കെ പറയ്ണ്.”

“പടച്ചോനേ ന്റെ കുട്ടീ...... ന്റെ സൈനൂ..... ന്റെ മോളേ” കൈസാത്ത കമ്പോണ്ടരുടെ മുറ്റത്തുരുണ്ടു കരഞ്ഞു. ഉമ്മയും കൊലത്തിയും ബലമായി പിടിച്ചു.

"പള്ളിക്കല് മയ്യ്യത്ത് മറവ് ചെയ്യ്യണ്ട എന്നാ പറയ്ണത്" ഉമ്മറാക്ക പറഞ്ഞു.

പള്ളിക്കാര് ഒരടി സമ്മയ്ക്ക്ണില്ല.

"മയ്യ്യത്ത് പള്ളിക്കൽ തന്നെ മറവ് ചെയ്യ്യും. മരിച്ചത് മുസ്ലീമാച്ചാല് മയ്യ്യത്ത് പള്ളിക്ക തന്ന്യാ മറവ് ചെയ്യ്യാ."

കോയിമെരവാക്ക നെഞ്ച് വിരിച്ച് പറഞ്ഞു.

"പുടി എടാ."

ബാപ്പ മുന്നിൽ നിന്ന് വിളിച്ച് പറഞ്ഞു.

ചാത്തനും കൊറ്റനും ടൈലറ് ദാമോദരേട്ടനും ആശാരി വേലോട്ടനും പിന്നെ കോയിമെരവാക്കയും ബാപ്പാന്റെ പാർട്ടിക്കാരും കൂടെ മയ്യ്യത്ത് പൊന്തിച്ച് നടന്നു.

കൊടിക്ക് പകരം മയ്യ്യത്ത്. മയ്യ്യത്ത് ജാഥ. കൈസാത്ത അതിന്റെ പിന്നാലെ ഓടുന്നു. ഉമ്മയും കൊലത്തിയും പിടിച്ച്വെച്ചു. ഞാൻ ആളോ ട്ടിപ്പാറ കേറി നിന്നു. മയ്യ്യത്ത് ജാഥക്ക് പിറകിൽ കൈക്കോട്ടും പിക്കാ സുംകൊണ്ട് കുട്ടൻ പോണുണ്ട്. അവനെന്നെ തിരിഞ്ഞ് നോക്കി.

പള്ളിക്കാരും പാർട്ടിക്കാരും.

ഇനിയെന്തൊക്കെ നടക്കും?

എന്തോ വിളിച്ച് പറഞ്ഞ് കൊണ്ടൊരു ജീപ്പ് അങ്ങാടി ഭാഗത്ത്ന്ന് വര്ണുണ്ട്. പാലത്തിന്റെ ഉദ്ഘാടനാണത്രെ! ഏതോ മന്ത്രി വര്ണുണ്ട്. പാലത്തിന്റെ പണി മുഴുവൻ കഴിഞ്ഞോ അപ്പള്ക്കും.

ഞാൻ പുഴയിലേക്ക് നടന്നു. നല്ല മഴക്കാറ്ണ്ട്. പുഴയ്ക്ക് മേലെ മേഘക്കറുപ്പ്. ഉമ്മറാക്ക കടവത്തുണ്ട്. എന്നെ കണ്ടപ്പോൾ കുറ്റി ബീഡി വലിച്ചെറിഞ്ഞ് തലേക്കെട്ടെടുത്ത് കുടഞ്ഞ് ചിരിച്ചു.

മേലെ കടവത്ത് തല ഉയർത്തിനിൽക്കുന്ന പാലം. ഞാൻ കൈ ചൂണ്ടി.

"പാലത്തിന്റെ ഉദ്ഘാടനാത്രെ!"

"ഞാനും കേട്ടു."

"ഇങ്ങക്ക് സങ്കടംല്ലേന്ന്?"

ഉമ്മറാക്ക പാലത്തിന്റെ അവ്ടക്ക് നോക്കി നിന്നു.

"ഇഞ്ഞിങ്ങള് എന്ത് പണ്യാ എട്ക്കാ."

"ഇനുക്ക് വേറെ ഒരു പണീം അറീലാ."

"ഓർമവെച്ചപ്പം ഞാൻ ഈ കടവത്തായിനി ന്റെ ബാപ്പാന്റെ കൂടെ. ബാപ്പ മരിച്ചപ്പം പിന്നെ ഞാനായി. നബീസു പറയാറ്ണ്ടായിരുന്നു. ഇങ്ങക്ക് ന്നെക്കാളും പിരിശം തോണീനോടാണോന്ന്. സത്യായിര്ന്ന് അത്. ഇനുക്ക് എല്ലാറ്റിനെക്കാളും വലുതായിരുന്നു ഈ കടവ്. അണ്ടി പ്പാല് മണക്ക്ണ ഈ തോണീം. പിന്നെ ഈ കാറ്റും. ഈ പൊഴേം. കട വടഞ്ചി കടക്കാൻ വര്ണ ആൾക്കാരേം." ഉമ്മറാക്കാന്റെ കണ്ണുകൾ ചോന്നു. കുപ്പായക്കയ്യിൽനിന്നും ചുരുണ്ട ഒരു പത്തുറുപ്പിക ഉമ്മറാക്ക എനിക്കെടുത്തു തന്നു.

"വേണ്ട...... വേണ്ട..... വേണ്ട."

"ഞാനേയ് ന്റെ മോൾക്ക് തരാന്ന് കരുത്യാ മതി. ഉമ്മറാക്കക്ക് മക്കളില്ലല്ലോ."

ഞാനത് കൈനീട്ടി വാങ്ങി.

"വേഗം പൊയ്ക്കോ. ഇപ്പം പെയ്യ്യും."

വെള്ളരിനട്ട പുഴവക്കിലൂടെ ഞാനോടി. മഴ തുള്ളിയിട്ടു. കാറ്റ് മഴത്തുള്ളികളേയുംകൊണ്ട് വീശി. ഉമ്മറാക്ക തന്ന പത്തുറുപ്പിക ഞാൻ അരയിൽ തിരുകിവെച്ചു.

വീടെത്തിയപ്പോൾ ഞാനാകെ നനഞ്ഞു.

"ഇക്കൊല്ലം നേരത്ത്യാ."

ഉമ്മ മഴ നോക്കി പറഞ്ഞു.

"ഉമ്മാ, ബാപ്പീം ആൾക്കാരും മടങ്ങി വന്നോ?"

ഓളെ മയ്യ്യത്ത് മറവ് ചെയ്യ്യാൻ പള്ളിക്കാര് സമ്മയ്ക്കണേ അള്ളാ.'

പൊലാടിച്ചീന്ന് നൂറ് വട്ടം വിളിച്ചിരുന്ന ഉമ്മ സൈനബക്കും വേണ്ടി പ്രാർഥിക്കുന്നു. കാറ്റും മഴയും ആഞ്ഞ് വീശി.

"ഇക്കൊല്ലം കാറ്റാ?"

ഉമ്മ നെടുവീർപ്പിട്ടു. ചിതൽപ്പുറ്റ് കെട്ടിയ കഴുക്കോലുകൾ നോക്കിയിരുന്നു.

"ഉമ്മാ പൊരേന്റെ മേലേന്ന് ഓട് പാറിപ്പോവ്ണ്."

"റബ്ബേ ആപത്ത് വര്ത്തല്ലേ."

കാറ്റിന് ശക്തി കൂടി വരാണ്. "ന്റെ പടച്ചോനെ. പൊരേന്റെ മേലേക്ക് എന്തോ വീണ്."

"ഞമ്മളെ തന്ത പ്ലാവാന്നാ തോന്ന്ണത്."

"ഉമ്മാ, തലപോയ തെങ്ങും വീണു."

ഓട്ടിൻപൊട്ടുകൾ മേലേക്ക് തെറിച്ച് വീണു. ഞങ്ങൾ പുറത്തേക്ക് ചാടി. കൊടുങ്കാറ്റ്. ഞങ്ങളുടെ പൊരചരിഞ്ഞ് വീണു. ഉമ്മ എന്റെ കൈ പിടിച്ചു. ഞങ്ങൾ ചാളക്കലേക്ക് ഓടി.

27

പെരുമഴ

കൊലത്തി ഇട്ട് തന്ന കീറപ്പായേല് ഞങ്ങള് കുത്തിയിരുന്നു. ചക്കക്കുരു ചുട്ടത് തൊലി കളഞ്ഞത് ജാനു തന്നു. ചാണകം തേച്ച നിലം മഴവെള്ളം തട്ടി കുതിർന്നിട്ടുണ്ട്. പച്ചച്ചാണകം മണക്കുന്നു. ചാത്തൻ അന്തിക്കള്ളും മോന്തി ഒരു മൂലയ്ക്ക് കിടന്ന് കൂർക്കം വലിക്കുന്നു. മഴേം കാറ്റും ഒന്നും അറീണില്ല.

“ന്നാലും ഇങ്ങൾക്ക് ഒന്നും പറ്റീലാലോ. അയ്ന്റെ ഉള്ളില് കിടന്നാ മരിച്ചതാന്ന്ച്ചാലോ.”

കൊലത്തി ഉമ്മാനെ പറഞ്ഞ് പറഞ്ഞ് സമാധാനിപ്പിക്കുന്നു.

“ന്നാലും ന്റെ കൊലത്ത്യേ ഞങ്ങളെ പൊര.”

ഉമ്മ ചെറിയ കുട്ടിയെ പോലെ കരഞ്ഞു. പെരുംമഴയിലൂടെ കുട്ടനും ബാപ്പീം കയറി വന്നു. കൊലത്തി ബാപ്പാക്ക് തല തോർത്താൻ ഒരു കീറത്തുണി കൊടുത്തു.

ഉമ്മ ബാപ്പാനെ കണ്ടതോടെ പിന്നേം കരഞ്ഞു.

“പോട്ടെ സാരംല്ല. നേരം വെളുക്കട്ടെ ഞമ്മക്കെന്തെങ്കിലും ചെയ്യ്യാം.”

“സൈനബാനെ..... അബുമാപ്പ്ളേ എന്തേ ചെയ്തു?”

“കുഴീൽക്ക് എറക്ക്ണ മയ്യ്യത്ത് കുഴീന്നെടുത്താല് ഇനി ബടെ പിന്നേം കുഴി കുത്തേണ്ടി വരുംന്ന് ബാപ്പ പറഞ്ഞു. അതോടെ ഓല് അടങ്ങി.

ഞങ്ങള് എല്ലാരും കൂട്യാ ഖബറ് കെളച്ചത്. മഴവെള്ളം ഖബറിൽക്ക് എറങ്ങി വരാ. അവസാനം ആ വെള്ളത്തില് വെച്ചു. മണ്ണിട്ട് മൂടി.”

“ഇഞ്ഞീ ഈ ഖബറും പൊറത്ത്ന്ന് വച്ച മണ്ണ് നീക്കോ പുടിക്കോ ചെയ്താല്..... ന്നും പറഞ്ഞാ ഞങ്ങള് പോന്നത്.”

മഴയും കാറ്റും വീശുകതന്നെയാണ്. ചാളക്കയിലെ ചെറിയ മുറിയിൽ ഞങ്ങളെല്ലാവരും കെടന്നു. ചാത്തന്റെ പുളിച്ച കള്ളിന്റെ മണവും പച്ചച്ചാണകത്തിന്റെ മണവും..... കിളി കരയുന്നു. നേരം വെളുത്ത് വര്ണുതേ ഉള്ളൂ.

"നേരം വെളുക്കോളം പെയ്യ്യേയ്രുന്നു"

പോളവീർത്ത കണ്ണ് തിരുമ്മി ഉമ്മ പറഞ്ഞു.

കൊലത്തി കൊട്ത്ത ഒരു തൊപ്പിക്കുട ചൂടി ബാപ്പ പുറത്തിറങ്ങി. ബിലാത്തിചേമ്പിന്റെ ഇല കുടയാക്കി പിടിച്ച് ഉമ്മ പിന്നാലെ ഇറങ്ങി. രണ്ടും കൽപ്പിച്ച് ഞാൻ അവരുടെ പിന്നാലെ ഓടി.

ഞങ്ങളുടെ മുറ്റം നിറയെ വെള്ളം. വെള്ളത്തിലേക്ക് തുമ്പിക്കൈവണ്ണത്തിൽ വീഴുന്ന മഴത്തുള്ളികൾ. ഉമ്മ കരയുന്നു. ബാപ്പ നോക്കി നിൽക്കുന്നു.

വീടിന്റെ നടുമേലേക്ക് തന്തപ്ലാവ് വീണമർന്നിരിക്കുന്നു. തലപോയ തെങ്ങ് അളുക്കളമേലും വീണിരിക്കുന്നു. ഓട് പൊട്ടി ചിതറീട്ട്ണ്ട്. കേട് വന്ന ഒരു ശീലക്കുടപോലെ ഞങ്ങളുടെ പുര ആ മഴയിലും കാറ്റിലും വീണ് കിടന്നു.

ആൾക്കാര് സർക്കസ് കാണാൻ കൂടിയത് പോലെ നിൽക്കുന്നു.

"ഇന്നലെ പള്ളിക്കാരോട് വർത്താനം പറഞ്ഞപ്പം ഓനെന്തൊരു ഹുങ്കെയ്നി. അള്ളണ്ട് ന്ന ഒരു വിജാരം വേണം മനുസമ്മാര്ക്ക്. ഇപ്പം എന്തായി?"

പൂളക്കാരൻ ഉസ്മാൻ പതുക്കെയാണ് പറഞ്ഞതെങ്കിലും ഞാനത് ഉറക്കെ കേട്ടു. നിലംപൊത്തിയ പൊര നോക്കി ഉമ്മ കരയുക തന്ന്യാണ്. ഞാൻ കാഞ്ഞിരമരച്ചോട്ടിലൂടെ നടന്നു. മഴകൊണ്ട് തല താഴ്ത്തി നിൽക്കുന്ന മരങ്ങളും ഇലകളും. ആളോട്ടി പാറമേൽ കയറി നിന്നു. ചുറ്റും വെള്ളം. ആ വെള്ളത്തിലേക്ക് മഴത്തുള്ളികൾ വീണുകൊണ്ടിരിക്കുന്നു. ഇപ്പോൾ പുഴ എങ്ങനെണ്ടാവും. ഓർക്കാനേ വയ്യ്യ. നാറ്റട്ടിലും കാട്ടിലേയ് പാടത്തും വെള്ളം.

ഞാൻ ഇടവഴിയിലൂടെ മുട്ടിനൊപ്പം വെള്ളത്തിലൂടെ നടന്നു. ഇടവഴി അവസാനിച്ചപ്പം അരക്കൊപ്പം വെള്ളമായി. എന്നിട്ടും ഞാൻ പുഴ കണ്ടു. പുഴ മേലേക്ക് പൊന്തി നിൽക്കുന്നു. പുതിയ പാലം തൊടാനായിട്ട്ണ്ട്. ഉമ്മറാക്ക എവട്യാണാവോ? വെള്ളരി നട്ട പൂഴിപ്പരപ്പ് കാണാനേ ഇല്ല. കടവത്ത് ഉമ്മറാക്കയോ തോണിയോ ഇല്ല.

തിരിച്ച് പോരുമ്പോ ഇടവഴി വെള്ളംകൊണ്ട് നിറഞ്ഞിട്ടുണ്ട്. വെള്ളം എന്റെ കഴുത്തൊപ്പമായി. കഴുത്തിനൊപ്പം വെള്ളത്തിൽ തല പൊന്തിച്ച് പിടിച്ച് ഞാനൊരുവിധം നടന്നു.

28

നേര്

സൈനബ മരിച്ചതിന് ശേഷം കൈസാത്ത പിച്ചും പേയും പറഞ്ഞ് നടക്കാണ്. ഇടവഴിയിലൂടെ പള്ളിപ്പറമ്പിലേക്ക് മുടി അഴിച്ചിട്ട് ഓടും.

ചാളക്കലെ മുറ്റത്ത് ഞാൻ മഴ നോക്കിയിരുന്നു. നിലംപൊത്തിയ ഞങ്ങളുടെ പൊരേന്റെ ചിതല് പിടിച്ച കഴുക്കോല് ബയോളജി മാഷ് കാണിച്ച് തന്ന അസ്ഥികൂടംപോലെ തോന്നിച്ചു.

ബീഡിക്കമ്പനീല് സമരം. നിരാഹാരം കിടക്കാണ് ബാപ്പ. നിലം പൊത്തിയ പൊരക്കും ബാപ്പാക്കും ഒരേ കോലം. സമരപ്പന്തലിൽ ചുവന്ന മാലയിട്ട് ബാപ്പ കിടക്കുന്നു. കരുവാളിച്ച മുഖത്ത് ധൈര്യം.

അലീമമ്മായി കൊടുത്തയച്ച വാട്ടപ്പൂള വേവിച്ച്തിന്നും വാഴക്കല്ല് കൂട്ടാൻവെച്ചും അരി കടംവാങ്ങി കഞ്ഞിവെച്ചും ദിവസം തള്ളിനീക്കി.

മഴ മാറി. കണ്ടത്ത്ന്ന് വെള്ളമിറങ്ങി. വെള്ളമിറങ്ങിയ കണ്ടത്തില് ഞാറ് പറിച്ച് നടാൻ ഉമ്മയും കൊലത്തിയും പണിക്ക് പോയി. ഞാറ് നട്ണ കണ്ടത്തിന് മേലെ തുമ്പികൾ പാറി നടക്ക്ണുണ്ട്. കണ്ടത്തി ലാകെ ഉത്സാഹം. ഞാൻ ഓവുപാലത്ത്മല് കയറി ഉമ്മാനെ നീട്ടി വിളിച്ചു.

"ഉമ്മാ...... സമരം കഴിഞ്ഞു. ബാപ്പ വന്നു."

ഉമ്മ എന്നെ തിരിഞ്ഞ് നോക്കി. പാടവരമ്പത്ത് നിൽക്കുന്ന ഹജ്ജു മ്മയെ നോക്കി. മഞ്ഞവെള്ളത്തിലേക്ക് കുമ്പിട്ടു.

"ഉമ്മാക്ക് രാഷ്ട്രീയ ബോധമില്ല."

ചാളക്കലെ കിണറിൽനിന്ന് ഞാൻ വേഗം വേഗം വെള്ളം കോരി. ബാപ്പ നന്നായി കുളിച്ചു.

"സമരം ജയിച്ചോന്ന്?"

"പിന്നെ സമരം ജയിക്കാണ്ടിരിക്കോ?"

ബാപ്പ വേറൊരു സമരത്തെപ്പറ്റി ആലോചിക്ക്യാന്നാ തോന്ന്ണത്. കഞ്ഞി കുടിച്ച് ബാപ്പ ഉറങ്ങി. ഞാൻ മേലെ കണ്ടത്തിലൂടെ സൽമേന്റെ അവ്ടക്ക് നടന്നു. കരിപിടിച്ച വക്ക് പൊട്ടിയ നാല് ചട്ടിണ്ട്. ഇല കൊഴിഞ്ഞ് കിടക്ക്ണ മുറ്റത്ത് ചേരപ്പാമ്പ് ഇഴയുന്നു. പൊളിഞ്ഞ് വീഴാറായീണ്ട് പൊര. കോലായ നെറച്ചും കോഴിത്തീട്ടം. പിന്നാമ്പുറത്ത് കൂടെ ആരോ നടന്ന് പോണ്, ഉമ്മയ്യുമ്മായീന്റെ റഷീദ്. വല്ല കല്ലെട്ടുംകുഴി പരിപാടി ണ്ടോ ആവോ?

ഞാൻ അവന്റെ പിന്നാലെ ഒച്ചയുണ്ടാക്കാതെ നടന്നു. പെട്ടെന്ന് അവനെ കാണാതായി. ഞാൻ കുറച്ച് കൂടെ മുന്നോട്ട് നടന്നു. സൽമേന്റെ ഏറ്റവും ചെറിയ അനിയത്തി നിലത്ത് കിടന്ന് കരയുന്നു. വേറെ ആരേം കാണാനില്ല.

"സൽമാ സൽമാ" എത്ര വിളിച്ചിട്ടും ഒരൊച്ചയുമില്ല. എനിക്കാകെ പേടിയായി. അതിനെ പുളിനുറുമ്പ് കടിച്ചിട്ട്ണ് ഞാനതിനെ എടുത്തു. ചൊറിഞ്ഞ് കൊടുത്തു.

"അള്ളോ" റഷീദ്ണ്ട് പാഞ്ഞ് വര്ണു. അവന്റെ മുൻഭാഗം പൊത്തിപ്പിടിച്ച് അവനോടി. സൽമ റസിയാസുൽത്താനേന്റെ കൈപിടിച്ച് പാഞ്ഞ് വന്നു. അവളുടെ തല നെറച്ചും ചപ്പിലപ്പൊടി. എവ്ടെയോ വീണുരുണ്ട പോലെ.

"എന്തേയ്."

എന്റെ ഒക്കത്തിരുന്ന കുട്ടി സൽമയെ കണ്ടപ്പോൾ കരഞ്ഞു. സൽമ കുട്ടിയെ വാങ്ങി. അവളുടെ കയ്യിൽ പൂഴി പിടിച്ചൊരു ബ്ലേഡുണ്ട്.

"കൊറേ കാലായി ആ ബലാല് ഇങ്ങനെ വരും. ബ്ലേഡുവെച്ചൊരു കീറ് കൊടുത്തു ഞാൻ. ഇനി പഹയൻ വരൂലാ."

സൽമ കിതച്ചു. അവളുടെ ഉണ്ടക്കണ്ണുകൾ കൂടുതൽ വലുതായി. അവളും അനുജത്തിമാരും പോത്താഞ്ചേരിക്ക് നടന്നു. ഞാൻ ചാളക്കലേക്കും. ബാപ്പ കോയിമെരഷാക്കാനോട് വർത്തമാനം പറയുന്നു.

"സാധനങ്ങളൊക്കെ കെട്ട്യോ?"

"ആ കെട്ടീക്ക്ണ്."

"ഓളെട്ത്തു?"

"കുടീല്ണ്ട്."

"ഇഞ്ഞിപ്പം എന്നാ തമ്മില് കാണാ?"

"കോയിമെരഷാക്ക എങ്ങടാ പോണത്?" എനിക്കൊന്നും മനസിലായില്ല.

"കോയിമെരഷാക്ക പോവാ കുട്ട്യേ. ഇങ്ങള്യൊക്കെ വിട്ട് ഈ നാട് വിട്ട് പോവാണ്. വല്യ ആളായാല് ടീച്ചറ് ആയാല് ഞങ്ങളെ കാണാൻ വരണം ട്ടൊ."

"അപ്പം അമ്മാളു ഏടത്ത്യോ?"

അത് ചോദിച്ചപ്പള്ക്കും ഉമ്മയും കൊലത്തിയും പണികഴിഞ്ഞ് വന്നു. പൊഴേന്ന് കുളിച്ചിട്ട് ഇട്ടത് നനച്ചുടുത്താണ് വര്ണത്.

കോയിമെരാക്ക നടന്നുപോയ്. ഉമ്മേം കൊലത്തീം ഈറൻ മാറി വന്നു. മഗ്‌രിബിനുള്ള നഗാരഅടിച്ചു. ജാനു വിളക്കില് മണ്ണെണ്ണ ഒഴിച്ചു. കോലായ്മ കൊണ്ടൊന്നൊരു വെളക്ക് വെച്ചു.

"വരീ" ബാപ്പ പറഞ്ഞു.

ഉമ്മയും കൊലത്തിയും കുട്ടനും ബാപ്പയും നടന്നു.

ഞാൻ പിന്നാലെ ചെന്നു.

"എങ്ങടാ? പകലന്തിയോളം തെണ്ടിപ്പറ്ക്കും. ഇഞ്ഞി രാത്രീം തെണ്ടാനാ? പോടീ അവ്ടന്ന്" ഉമ്മ എന്റെ നേരെ കയ്യ്യോങ്ങി.

"ഓള് പോന്നോട്ടെ."

കോയിമെരാക്കയും മക്കളും കോലായ്മല് നിൽക്കണുണ്ട്. കുറച്ച് ചാക്ക് കെട്ടുകളും. ഉമ്മയും കൊലത്തിയും അകത്തേക്ക് പോയി.

ഞാൻ കുൽസൂന്റെ കൈ പിടിച്ചു. "പോവാലേ?"

"ങും" മൂളൽ പതിഞ്ഞതാണ്.

"ഇനി വരോ ഇങ്ങട്?"

"ഇല്ല ഇനി വരാൻ കയ്യൂല്യാന്ന് ബാപ്പ പറഞ്ഞിക്ക്ണ്. ഞങ്ങളെ ഉമ്മ ഇബടത്തെ പള്ളിപ്പറമ്പിലാ ഒറങ്ങ്ണത്. നേരം കിട്ടുമ്പം ഉമ്മാന്റെ കബറും പൊറത്തെ പുല്ലും പറിക്കണം. പറിക്കോ ഇജ്?"

അവളെന്റെ തോളിൽ കൈവെച്ചു.

"ഞാൻ പെണ്ണല്ലേ. പെണ്ണിന് ഖബറും പൊറത്ത് പോകാൻ പാട്ണ്ടോ? ഹറാമല്ലേ. കുട്ടനോട് പറയാംട്ടൊ."

"ഓൻ ഹിന്ദു അല്ലേ?" കുൽസു ചോദിച്ചു.

"ന്നാലും എല്ലാരും ഒറങ്ങ്യാല് നിലാവത്ത് ഓൻ പറിച്ചോളുംട്ടൊ."

"കോയിമെരോ പൊറപ്പെടാം."

കമ്പോണ്ടരുടെ നാല് കട്ടെന്റെ ടോർച്ച് ബാപ്പ നീട്ടി അടിച്ചു. ഉമ്മയും കൊലത്തിയും കൂടെ അമ്മാളു എടത്തീനെ പൊറത്തിറക്കി. കുഞ്ഞിപ്പാത്തൂന്റെ പള്ളേനെക്കാളും വല്യ പള്ള!

ഓരോ ചാക്ക് കെട്ട് കൊണ്ട് ഞങ്ങളെല്ലാവരും പൊറത്തിറങ്ങി. ബാപ്പ മുന്നിൽ നടന്നു. ഇടവഴിയിലൂടെ ഒരു ജാഥയിലെന്നപോലെ ഞങ്ങൾ നടന്നു. ആരും ഒന്നും മിണ്ട്ണില്ല. ടോർച്ച് വെളിച്ചത്തിൽ ദൂരെ പുഴ. പാലം ഉദ്ഘാടനത്തിന്റെ അന്ന് രാത്രി പെരുമഴയത്ത് തോണി കുത്ത്ണ വല്യ കോലും പങ്കായവും പുഴക്കരയിലെ മരത്തിൽകെട്ടിവെച്ച് ഉയർന്ന വെള്ളത്തിന്റെ മുകളിലൂടെ ഉമ്മറാക്ക തോണിയിൽ കയറി കിടന്ന് പോയത്രെ! പിന്നെ ഉമ്മറാക്കയെ ആരും കണ്ടിട്ടില്ല. ഉമ്മറാക്ക ഇല്ലാത്ത ഈ പുഴേനെ പിന്നെ ഞാൻ കാണുന്നത് ഇന്നാണ്.

ഇന്നിപ്പോൾ കോയിമെരാക്കയും അമ്മാളുഏടത്തിയും മക്കളും വാഴക്കാട്ടേക്ക് പോവാണ്. പുഴയുടെ അക്കരക്കല്ല. താഴെ താഴെ ഏതോ ഒരു കടവത്തേക്ക്. അവര് വന്നോടത്ത്ക്ക് തന്നെ. അന്ന് ആടിന്റെ മുഖമുള്ള കുഞ്ഞിപ്പാത്തു. ഇന്ന് താമരമുഖമുള്ള അമ്മാളു ഏടത്തി.

പാനീസ് വിളക്ക് കെട്ടിയ തോണിയിൽ വീട്ടുസാമാനങ്ങൾ നിറച്ചും വെച്ചു. മക്കൾ നാലാളും കയറി. തോണിയുടെ നടുപ്പടവിൽ അമ്മാളു ഏടത്തി. പാനീസ് വെളിച്ചത്തിൽ മുഖം തുളുമ്പുന്നു. അമ്മാളു ഏടത്തി എന്നെ മാത്രം നോക്കിയിരിക്കുന്നു. എന്നെ കൈമാടി വിളിച്ചു.

ഞാൻ മുട്ടിനൊപ്പം വെള്ളത്തിൽനിന്നും തോണിയിലേക്ക് തല നീട്ടി.

"മറക്കരുത്.... എന്നെ മറക്കോ?"

കണ്ണ് നിറഞ്ഞത് കാരണം ഞാൻ തലയാട്ടുക മാത്രം ചെയ്തു.

"വേഗം പൊറപ്പൊട്ടോ. ഇഞ്ഞും നേരം വൈകീച്ചാല്..." ബാപ്പ ഓർമിപ്പിച്ചു. കോയിമെരാക്കയും കയറി.

"കുട്ടാ സൂക്ഷിച്ച് കുത്തണം. നല്ല അടിയൊഴ്ക്ക്ണ്ട്" ബാപ്പ മുന്നറിയിപ്പ് കൊടുത്തു. രണ്ടറ്റത്തും പാനീസ് വിളക്ക് കെട്ടിയ തോണി ഇരുട്ടിലൂടെ ഒരു വെളിച്ച തുരുത്തായ് പുഴയുടെ താഴേക്ക് പോയി. തണുത്ത കാറ്റത്ത് നിറഞ്ഞ കണ്ണോടെ ഞങ്ങളത് നോക്കി നിന്നു.

"അള്ളാ രണ്ടും രണ്ടാക്കി കൊടുക്കണേ" ഉമ്മ പ്രാർഥിച്ചു.

"അമ്മാളു ഏടത്തി പെറ്ണ കുട്ടിക്ക് എന്താ പേരിടാ?"

"പെണ്ണാണ്ച്ചാല് കുഞ്ഞിപ്പാത്തൂന്ന്. ആണാണ്ച്ചാല് അച്യുതൻന്നും" ബാപ്പ പറഞ്ഞു.

"അതിനൊക്കെ അപ്പുറത്ത് അതൊരു മനുഷ്യക്കുട്ടിത്തവും"

"മുസ്ലീമിന്റേയും ഹിന്ദുന്റേം കുട്ടി മനുഷ്യക്കുട്ട്യാ ആവാ?"

ഞാൻ ചോദിച്ചു.

"നേര്"

"നേര്?"

ബാപ്പ ഒറക്കെ ചിരിച്ചു. എന്നിട്ട് വളഞ്ഞു കുത്തി ചൊമച്ചു.

"പൊയേല് ആരോ കുളിക്ക്ണ്ണ്ടല്ലോ ഈ രാത്രി."

ബാപ്പ ടോർച്ച് നീട്ടി അടിച്ചു.

"ദിക്ക്റെട്ക്ക്ണ ഫക്കീറമ്മാരിക്ക്
ചക്കരചോറ് തീമ്മല്
പായിട്ടൊറങ്ങ്ണ പാതിരാക്ക്....."

ആളെ പിടികിട്ടി അദുമാൻ.

ഇന്നാള് ആരോ അദുമാനോട് ചോദിച്ചുത്രെ അനക്ക് നിസ്കരിച്ചൂടെ എന്ന്. നിസ്കരിക്കാഞ്ഞാല് മരിച്ച് ചെന്നാല് സൂര്യൻ തലക്ക് മുകളിൽ നിൽക്കുംന്ന്.

അതൊക്കെ നാലീസംകൊണ്ട് ചേലാവുംന്നാണ് പ്രാന്തൻ അദുമാൻ പറഞ്ഞത്.

"അദുമാനേയും ഈ സമൂഹത്തിനാവശ്യണ്ട്." ബാപ്പ പറഞ്ഞു.

"എന്തിന്? ജാഥ വിളിക്കാനോ."

എനിക്ക് ഈറ പിടിച്ചു.

29

പെൻഷൻ

"**ക**മ്പോണ്ടര് പെൻഷനാവാ."

കമ്പോണ്ടർക്കും മിഡൈഫിനും മക്കളില്ല. ഇത്രകാലും പണിയെടുത്ത പൈസ അവരെന്തെ കാട്ടീത് എന്ന് ആൾക്കാര് തമ്മിൽത്തമ്മിൽ ചോദിച്ചു.

നിമ്മിണിക്കാര്ടെ കണ്ടെത്തില് കൊയ്ത്താണ് ഇന്ന്. കൊല്ലന്റെ ആലേ പോയി അരിവാള് മൂർച്ച്യാക്കീത് ഞാനാണ് ഇന്നലെ. ഇപ്രാവശ്യം കൊയ്യാൻ വൈകി. കൂലി ഒറപ്പിച്ചിട്ട് കൊയ്താൽ മതിയെന്ന് ബാപ്പേം ആൾക്കാരും പറഞ്ഞു. പാടത്തും അവര് കൊടി പിടിച്ചു.

"ഇപ്പോ കൂലി ഒറപ്പാക്ക്യോന്ന്?"

"എല്ലാ സമരവും ജയിക്കണംന്നില്ല. തന്നെയുമല്ല ചില സമരങ്ങൾ തോൽക്കേം വേണം. അപ്പളേ പുതിയ സമരത്തെപ്പറ്റി ആലോചിക്കാൻ കഴിയൂ."

ബീഡി തെരക്കാനുള്ള ഇല കുതിർത്ത് ബാപ്പ പറഞ്ഞു. ഞാൻ കൊയ്ത്ത് കണ്ടത്തിലേക്ക് നടന്നു. കൊലത്തിന്റെ മൊകം നെറച്ചും സന്തോഷം.

"കൊയ്ത്ത് തൊടങ്ങ്യാല് ഒരു സൊകാ മനസിന്" കൊലത്തിക്ക് സന്തോഷം അടക്കാൻ പറ്റ്ണില്ല.

"അതെന്താ? ആരാന്റെ കണ്ടം കൊയ്യുമ്പം ഈ സൊകം?"

"അമ്മന്നെ പെറ്റെതെന്നെ കണ്ടത്തിൽക്കാ? ഞാനെന്റെ കല്യാണിനെ പെറ്റതും കണ്ടത്തിൽക്കാ."

"പൊലയമ്മാരെ പെണ്ണ്ങ്ങള് കണ്ടത്തിൽക്കാ പെറാ?" എല്ലാരും ചിരിച്ചു.

കൊയ്ത്തുപാട്ടിന്റെ ഈണത്തോടൊപ്പം പുത്തൻ നെല്ലിന്റെ മണവും പരന്നു. ഞാൻ ഓവുപാലം കയറിനിന്നു. മുറംകൊണ്ട് ചേറു

മ്പോൾ പറന്ന് പോകുന്ന പതിരുകൾ. പോത്താഞ്ചേരിക്കാർട്ടെ തെങ്ങ്മലും നിമ്മിണിക്കാർട്ടെ തെങ്ങ്മലും തൊട്ടിമക്കാർട്ടെ തെങ്ങ്മലും വൈക്കോൽചുറ്റ്. കുന്ന്പോലെ. ചാളക്കുടീലാകെ അവിലിടി. അവിലിടി ക്ക്ണേയ്ന്റെ ഒച്ച മൂന്ന് ദിക്കിൽനിന്നും കേൾക്കാം. അവില് തിന്ന് തിന്ന് കോട് വേദനിക്കുന്നു.

നല്ല ഇളംകാറ്റിൽ പോത്താഞ്ചേരിക്കാർട്ടെ വൈക്കോൽക്കുന്നിന്റെ മറവിൽ ഞാൻ സൽമയെ രസതന്ത്രം പഠിപ്പിക്കേയ്രുന്നു. ഹജ്ജുമ്മ പാട ത്താണ്. റസിയാ സുൽത്താനയും ഉമ്മാച്ചുവും കളിക്ക്ണുണ്ട്.

"ഉമ്മറാക്ക ഒരു ഉൽപ്രേരകമായിരുന്നു" സൽമ പറഞ്ഞു. ഞാന വളെ പഠിപ്പിച്ച രസതന്ത്രം അവൾക്ക് മനസിലായി എന്ന് എനിക്ക് മന സിലായി. ഹജ്ജുമ്മ പാടത്താണ്. ഞങ്ങൾ കുറെ നേരം പഠിച്ചു.

ഹജ്ജുമ്മാന്റെ മക്കനപ്പൊട്ട് ദൂരെ കണ്ടു. സൽമ കാടിക്ക് വെള്ളം കാട്ടാൻ ആലയിലേക്കോടി. കുഞ്ഞിച്ചൂലെടുത്ത് റസിയാസുൽത്താന മുറ്റ മടിച്ചു. ഉമ്മാച്ചു മുറ്റത്തെ പുല്ല് പറിച്ചു.

ഞങ്ങളുടെ നിലം പൊത്തികിടക്ക്ണ വീട് കണ്ടു. ചിതലിന്റെ മഹാ ജാഥ. ഞാൻ ചുറ്റും നടന്നു. കാടും പടലും പിടിച്ചിരിക്കുന്നു. എന്റെ കാൽപ്പെരുമാറ്റം കേട്ടാവാം കോലായ്മല് കിടക്ക്ണ ചെത്തലപട്ടി ഓടി. കോഴിചിക്കിയ കോലായ.

കോലായയുടെ ചുമരിൽ ചില്ല് പൊട്ടിയ മൂന്ന് ചിത്രങ്ങൾ. നെറ്റിയി ലേക്ക് ഒറ്റ ഇഴ മുടിയിട്ടൊരാൾ. പിന്നെ തടിച്ച ചുണ്ടുള്ള ഒരാൾ. പിന്നെ ഇ എം എസ് മൂന്ന്പേരും ചിരിക്കുന്നു. ഈ വീട് പൊളിഞ്ഞത് അവരറി ഞ്ഞിട്ടില്ല. അല്ലെങ്കിൽ ചെതല് പിടിച്ചമർന്ന ഈ വീടിന്റെ ചുമരിലിരുന്ന് ചിരിക്കില്ലായിരുന്നു.

ഉമ്മാമ കിടന്ന കട്ടിലും ഉമ്മ എന്നെ പെറ്റിട്ട കുണ്ടമുറിയും കള്ളത്തി പൂച്ച ഉറങ്ങിയിരുന്ന അടുപ്പും ഇന്ന് ഓടും കല്ലും സിമന്റും ചിതലും കൊണ്ട് നിറഞ്ഞിരിക്കുന്നു. എനിക്ക് സങ്കടം വരുന്നു. ഇനി എന്നെങ്കിലും ഈ വീട് നന്നാക്കാനാവോ? എത്ര പണം വേണ്ടി വരും? ബാപ്പാന്റെല് എവ്ടന്നാ പണം?

ഡെറ്റോളിന്റെ മണം. ഞാൻ തിരിഞ്ഞ് നോക്കി. ഇസ്തിരിയിട്ട വെളുത്ത പാന്റും ഷർട്ടും ഇട്ട് കമ്പോണ്ടര്ണ്ട് നിൽക്ക്ണ്. എന്റെ പിറ കിൽ.

"എന്തേയ് ഇന്ന് സ്കൂളില്ലേ?"

"ഞാൻ പോയിട്ടില്ല."

"മടി ലേ?"

"അല്ല എനിക്ക് വയറ് വേദന്യാ"

"എപ്പളേ തൊടങ്ങി."

"ഇന്ന് രാവിലെ."

കമ്പോണ്ടര് എന്നെ അടിമുടി നോക്കി.

"വേഗം വീട്ടിലേക്ക് പൊയ്ക്കോ."

ഞാൻ കമ്പോണ്ടരെ കാണാതെ ആളോട്ടി പാറമേൽക്ക് കയറി. ചൂട് കുറവാ. നല്ല കാറ്റ്. എനിക്ക് കുളിര്ണ്. ഞാൻ കാല് നീട്ടി അവടിരുന്നു.

ആയിശക്കുട്ടീന്റെ അറബീം സിൽബന്തികളും പോവ്ണുണ്ട്. പെട്ടീം വട്ടീംകൊണ്ട്. ഒരു കറുത്ത കാറില് അവര് കയറി. മൂപ്പര് ഇനീം വരോലേ. ഓളെ മൂടാൻ പൊന്നുംകൊണ്ട്.

“മൂപ്പര് ഇനി ഒരിക്കലും ഇങ്ങട് ബരണ്ടാ.”

ആയിശക്കുട്ടീന്റെ ഉമ്മേം ബാപ്പേം പറഞ്ഞു. അറബി കറുത്ത കാറില് കയറി.

എന്റെ വയറുവേദന കൂടിക്കൂടി വന്നു. ഞാൻ കാൽ നീട്ടിയിരുന്നു. പാവാടക്കീറിലൂടെ കണങ്കാലിലെത്തീണ്ട് ചോര. റബ്ബേ എവ്ടീം ഒരു മുറീം ഇല്ല. എന്നിട്ടും.

ഞാൻ വേദന സഹിച്ച് ചാളക്കലേക്ക് ഓടി.

“ജാനോ ചോര!”

ജാനുവിന്റെ നിലവിളി കേട്ടപ്പം ഉമ്മ പാട്ത്ത്ന്ന് ഓടി വന്നു. തലയിൽ കെട്ടിയ പുള്ളിത്തട്ടം നെറച്ചും വൈക്കോല് വിയർത്ത് കറുത്ത മുഖം കൂടുതൽ കറുത്തിരിക്കുന്നു. ഉമ്മ എന്നെ ചാളക്കലെ കിണറ്റികരയിലിരുത്തി.

വെള്ളം കോരി തലയിലൂടെ ഒഴിച്ചു. ഉമ്മാന്റെ പുള്ളിക്കോഴി ഇട്ട മുട്ട കുരുമുളകിട്ട് പൊരിച്ച് തന്നു. നെല്ലുകുത്തരീന്റെ ചോറുതന്നു. എന്നിട്ട് എന്നെ കൂട്ടിപ്പിടിച്ച് തേങ്ങിത്തേങ്ങി കരഞ്ഞു.

“മോള് വല്യ ആളായി. ഒത്ത ഒരു പെണ്ണായി ഇനി പൊറത്തിറങ്ങി നടക്കരുത്.”

മിഡൈഫ് വന്നു. കൗസാത്ത വന്നു. കൈസാത്ത വന്നു. പിന്നെ എല്ലാരും വന്നു. ഞാൻ നടുവിലിരുന്നു. മഞ്ഞള് കുത്തി എണ്ണ കാച്ചി എന്റെ മേത്ത് തേച്ചു. കഞ്ഞുണ്ണിയിട്ട് കാച്ചിയ എണ്ണ തലയിൽ പൊത്തി ഞാനാകെ വല്യ ആളായി.

കറുകറുത്ത മുന്തിരിയുമായ് കമ്പോണ്ടര് ചിരിച്ച് കൊണ്ടു വന്നു. നെറ്റിയിൽ ചന്ദനക്കുറി. വെളുത്ത താടിയും വെളുത്ത മുടിയും. പെൻഷനായപ്പൊ ആളാകെ മാറിയത് പോലെ.

“പെൻഷനായി. ഒന്നും ചെയ്യ്യാനില്ലാത്തത്പോലെ” കമ്പോണ്ടര് ബാപ്പാനോട് പറഞ്ഞു.

“പെൻഷനായി എന്നത് അത്ര വലിയ ഒരു സംഭവം ഒന്നുമല്ല. പെൻഷനായാലും സേവനം ചെയ്യ്യാം. ജനത്തെ സേവിക്കാം.”

കമ്പോണ്ടരും ബാപ്പയും ചിരിച്ചു.

“അബൂ പെൻഷൻ പണംകൊണ്ട് ഒരു ഡിസ്പെൻസറി തൊടങ്ങാംന്നാ ആലോചന.”

“നല്ല കാര്യല്ലേ. വെറ്തെയിരിക്കുമ്പളാ ഓരോന്ന് തോന്നുക. ഡിസ്പെൻസറീന്നൊക്കെ പറഞ്ഞാല് ജനങ്ങൾക്കത് ഉപകാരാവും. ഒറപ്പാ.”

കമ്പോണ്ടര് വെളുത്തതാടി കൈകൊണ്ട് ഒതുക്കിവെച്ചു.

"എനിക്കേയ് അബൂനോട് ഒരു കാര്യം പറയാനുണ്ട്. പറയുമ്പം വെഷമം തോന്നരുത്."

"നമ്മള് തമ്മില് ഇങ്ങനെ ഒരാമുഖത്തിന്റെ ആവശ്യംണ്ടോ. ഓർമ വെച്ച കാലംതൊട്ട് കാണ്ണതാ ഞാൻ കമ്പോണ്ടരെ. പറഞ്ഞോളീ..... ന്നോട് ഇങ്ങക്ക് എന്തും പറയാം എന്തും."

ഓടിവന്ന ഒരു ചൊമ ബാപ്പാന്റെ തൊണ്ടയിൽ തങ്ങി.

"അബൂന്റെ പൊര നിൽക്ക്ണ സ്ഥലം......" കമ്പോണ്ടരെ പറയാൻ ബാപ്പ സമ്മതിച്ചില്ല.

"അവ്ടെ ഞമ്മക്ക് ഡിസ്പെൻസറി തൊടങ്ങാം എന്താ?" ബാപ്പ പറഞ്ഞു.

കമ്പോണ്ടര് വല്ലാതായി.

"അത് പിന്നെ...... പണം തന്നിട്ടാണെങ്കിലും ചോദിക്കുന്നത് ദാന മാണ്."

ബാപ്പ ചിരിച്ചു.

മരങ്ങൾ ചാഞ്ഞ് വീണ് അമർത്തിവെച്ച, ഓടിന്റേയും മണ്ണിന്റേയും കൂമ്പാരമാണ് ഞങ്ങളുടെ വീട്.

കമ്പോണ്ടര് മടിയിൽ നിന്നൊരു പൊതിയെടുത്ത് ബാപ്പാക്ക് നീട്ടി.

"അഴിച്ച് എണ്ണി നോക്കണം. ഇനീം വേണംച്ചാല്."

ബാപ്പ പറഞ്ഞു "വേണ്ട."

കമ്പോണ്ട്ര് പടിയിറങ്ങിപോയ്.

ഉമ്മ കോലായ്മൽക്ക് വന്നു.

വീട് വിറ്റ്.

കമ്പോണ്ടര് കൊടുത്ത പൊതി ബാപ്പ ഉമ്മയുടെ മടിയിലേക്കിട്ടു. എന്നിട്ട് കുട്ടനേയും കൂട്ടി പൊറത്തിറങ്ങി. ഉമ്മയും കൊലത്തിയും ചക്ക അരിഞ്ഞു. കുത്തരിയുടെ മണം പരത്തി കഞ്ഞി മുറ്റത്തെ അടുപ്പിൽ തിളച്ച് തൂവുന്നു.

"കമ്പോണ്ടർക്ക് ആസ്പത്രി തൊടങ്ങാൻ വേറെ സ്ഥലോന്നും കണ്ടീലേ?" കൊലത്തിക്ക് ഈറ പിടിച്ചിക്ക്ണ്.

ഈയമ്മസ്സബു ചാളക്കലോ പാർക്ക്ണത് എന്ന് അറിഞ്ഞ് എല്ലാ വരും ബാപ്പയെ കളിയാക്കുന്നുമുണ്ട്. ഞാൻ ഉമ്മയുടെ കണ്ണ് വെട്ടിച്ച് മേലെ കണ്ടത്തിലൂടെ നടന്നു. ചേരപ്പാമ്പുകൾ അരിച്ച് നടക്കാറ്ള്ള സൽമ യുടെ ഉമ്മറത്തെത്തി. മറവാതിൽ ചാരിയിട്ടില്ല. അകത്ത് നിന്നും ഉമ്മാ ച്ചുവിന്റെ കരച്ചിൽ കേൾക്കുന്നു.

"സൽമാ."

ഞാനകത്തേക്ക് കടന്നു. സൽമ അനിയത്തിമാർക്ക് കഞ്ഞി കൊടു ക്കുന്നു. ഒരു മൂലയിൽ കുന്ന്പോലെ കൂട്ടിയിട്ടിരിക്കുന്നു ഉമ്മത്തിൽ കായ്. പച്ചയും ഒണങ്ങിയതും.

"ഇതെന്തിനാ?"

"അരച്ച് കൊടുക്കാൻ" ചെയ്ത്താൻ കുന്നിന്റെ മോളില് നട്ടുച്ചക്ക് കാളുന്ന വെയില്പോലെ സൽമയുടെ കണ്ണ് കാളി. അവൾ ചെറിയ കുട്ടീന്റെ മൂക്ക് പിഴിഞ്ഞ് ചൊമ്ര്മല് തൊടച്ചു. അതിനേം കൈപിടിച്ച് പോത്താഞ്ചേരിൽക്ക് നടന്നു.

"ഹജ്ജുമ്മ പിന്നേം ഹജ്ജിന് പോയ്ക്കണ്. ഇപ്പം നല്ല ധൈര്യംണ്ട്. പുസ്തകം മുഴുവൻ ഞാൻ വായിച്ച് തീർത്തു. ഇനീം വേണം പുസ്തകം?"

ഉമ്മ എന്നെ വിളിച്ചാർക്ക്ണുണ്ട്. ഞാൻ ചാളക്കലേക്ക് നടന്നു. ഉമ്മ എന്നെ നോക്കി. പേട്യാവ്ണു.

കുട്ടനുണ്ട് കോലായ്മല് കമഴ്ന്ന് കിടക്ക്ണ്.

"ഞങ്ങളേയ് ഒരു തിരുമ്പി കുളിച്ചിട്ട് വരാം. തെണ്ടി പോകരുത്ട്ടൊ."

ഉമ്മയും കൊലത്തിയും പോയി.

"എന്താൺടാ?"

ഞാൻ കുട്ടനോട് ചോദിച്ചു. "മാറ്റിനിക്ക് പൈസല്ലേ?" അവൻ തല ഉയർത്തി എന്നെ നോക്കി. കണ്ണ് നിറഞ്ഞിട്ടുണ്ട്. വലുതായതിന് ശേഷം അവൻ കരയ്ണത് ഞാൻ കണ്ടിട്ടേ ഇല്ല.

"ബലാലേ ഇജ് കരയ്യാ?"

"അയ്യ്യേ ആങ്കുട്ട്യോള് കരയൂലാ. പെങ്കുട്ട്യോളാ കരയ്യാ."

"ഇങ്ങളും ഇബട്ന്ന് പോവുംലേ."

"ആരാ പറഞ്ഞത് ഞങ്ങള് ഇബട്ന്ന് പോവുംന്ന്?"

"ബാപ്പ പറഞ്ഞു. ഇങ്ങള് പൊഴേന്റെ അക്കരെ കൊറച്ച് സ്ഥലം വാങ്ങി അങ്ങട് പോവുംന്ന്. ഇങ്ങള് പോയാല് ഞങ്ങള് ഒറ്റക്കാവും."

"പൊഴേന്റെ അക്കരേന്ന് പറയ്ണത് യൂറോപ്പൊന്നും അല്ലല്ലോ? പാലം കടന്നാല് അനക്ക് വന്നൂടേ?"

"ന്നാലും ഉമ്മക്കുട്ട്യേ കളിച്ചും ചിരിച്ചും വലുതായിട്ട്...... നമ്മള് രണ്ടല്ല....... ഒന്നാണ്ന്ന് എനിക്ക് തോന്നീരുന്നു. അതിന് ഒരാള് പോവുമ്പം ന്റെ ചങ്ക് പറിയ്ണ്."

പച്ചച്ചാണകം തേച്ച വെറും നിലത്ത് അവൻ കിടന്നുരുണ്ടു. പണ്ട് ഉപ്പ് കൂട്ടി തിന്ന പച്ച മാങ്ങകൾ, കുടുക്കിടാത്ത ട്രൗസറും മഞ്ഞക്കൊമ്പുള്ള മൂക്കും, കുളക്കോഴിനെ പൊരിക്കാൻ ഉപ്പും മുളകും കിട്ടാത്ത കുട്ടികൾ തന്നെ ഇന്നും ഞങ്ങൾ.

"കുട്ടാ"

ഞാനവന്റെ തലമുടിയിലൂടെ വിരലോടിച്ചു. അവനെ ന്റെ മടിയിൽ തലവെച്ചു. എന്നെ നോക്കി കിടന്നു. അവന്റെ നെറ്റിയിൽ ഇറ്റിയത് എന്റെ കണ്ണ്നീരാണ്. എന്റെ റബ്ബേ ഞാനും കരഞ്ഞ് തുടങ്ങിയോ?

30

പുഴ കടന്ന്.....

"പത്തിലാണ് നല്ലോണം പഠിക്കണം."

മിഡൈഫ്, സ്കൂളിലേക്ക് നടക്ക്ണ വഴിയിൽ നിന്നെന്നോട് പറഞ്ഞു. ഞാൻ മൂളി. എന്റെ മനസ്സ് നിറയെ ഞങ്ങളുടെ വീട് നിന്നിടത്ത് മുളച്ച് പൊന്തുന്ന ആസ്പത്രി ആയിരുന്നു. സ്കൂളിലേക്ക് പോകാൻ ഒരു ഉഷാറും തോന്ന്ണില്ല. പോകാതെ പറ്റില്ല. ഇനി കൊറച്ച് കാലം കഴിഞ്ഞാ പരീക്ഷ്യാ!

പൊഴേന്റെ അക്കരെ വാങ്ങിയ സ്ഥലത്ത് ഷെഡ് കെട്ട്ണ തെരക്കിലാണ് ബാപ്പയും ആൾക്കാരും. ആ ഷെഡിലിരുന്നാൽ പൊഴ കാണോ ആവോ?

കല്യാണീനെ മുക്കിക്കൊന്ന പുഴ. ഉമ്മറാക്കാനെ ഒഴ്ക്കിക്കൊണ്ട് ഒരു മഴക്കാല രാത്രി ഒഴുകിയ പുഴ. അമ്മാളു ഏടത്തീനേം വാഴക്കാട്ടേക്ക് കൊണ്ടാക്കിയ പുഴ. ആ പുഴയോട് എനിക്ക് സ്നേഹവും വെറുപ്പുമാണ്.

സ്കൂള് വിട്ട് വന്നപ്പോ ഉമ്മയും കൊലത്തിയും സാധനങ്ങളൊക്കെ കെട്ടിവെക്കാണ്. ഒരു കഞ്ഞിക്കലൂം ഒരു കൂട്ടാൻചട്ടീം, നിറം മങ്ങിയ രണ്ട് പ്ലേറ്റും രണ്ട് ഗ്ലാസും രണ്ട് മരക്കയ്യിലും തീർന്നു വീട്ടുസാമാനം. ഉമ്മാന്റെ കോഴിക്കുഞ്ഞുങ്ങളെ ജാനൂന് കൊടുത്തു. കൊലത്തി മൂക്ക് ചീറ്റിക്കൊണ്ടിരുന്നു. ചാത്തൻ അന്ന് ഷാപ്പില് പോയിട്ടില്ല.

"നാളെ രാവിലെ അല്ലേ ഞങ്ങള് പോവൂ. ഞമ്മക്ക് നേരം വെളുക്കോളം പറയാം വർത്താനം."

ബാപ്പ പറഞ്ഞു "ഞാനും മോളും ഒന്ന് പൊറത്തെറങ്ങി വരാം."

ബാപ്പ എന്റെ കൈപിടിച്ചു. ചെറിയകുട്ടി ആയിരുന്നകാലത്തെന്ന പോലെ. ആദ്യം പോയത് ഡിസ്പെൻസറിയുടെ അടുത്തേക്കാണ്.

“കരിങ്കണ്ണാ ഇത് നോക്ക്” എന്ന് കരികൊണ്ടെഴുതി വെച്ചിട്ടുണ്ട്.

കമ്പോണ്ടര് കാവി പുതച്ചിട്ടുണ്ട്. കഴുത്തിൽ കാപ്പിക്കുരു നിറമുള്ള ഒരു മാല. നെറ്റിയിലെ ചന്ദനക്കുറി കഴുത്തിലും വരച്ചിട്ടുണ്ട്. കൈകളിലെ രോമവും വെളുത്തിരിക്കുന്നു.

“തൽക്കാലം ഒരു ഷെഡ്കെട്ടി. ഇനി പതുക്കെ വീടെടുക്കാം. നാളെ ഞങ്ങള് മാറും.”

“അബ്ദു...... മോൾടെ കല്യാണം വിളിക്കാൻ വരണം” കമ്പോണ്ടര് ഒരു സന്യാസിയെപോലെ ഇരുന്ന് പറഞ്ഞു.

“എന്നെ കെട്ടിക്കണ്ട.”

ഞാനുറപ്പിച്ച് പറഞ്ഞു. കെട്ടിച്ചാല് ഡെറ്റോള് ഒഴിച്ച് തൊട്ടിപാത്രത്തില് വെള്ളത്തിലിരിക്കണമെന്ന് ഞാനവരോട് പറഞ്ഞില്ല.

“ന്നാ ഞങ്ങള് പോണ്.”

ഞാനും ബാപ്പയും നടന്നു. പൊഴേൽക്കുള്ള ഇടവഴീന്റെ അവ്ടെ കൈസാത്താന്റെ അവ്ടക്ക്.

“ന്റെ സൈനബാ”ന്നാ കൈസാത്ത ആദ്യം വിളിച്ചത്. പിന്നെ അകത്തേക്കോടി പോയ് വരിക്കച്ചക്കേന്റെ കൊറച്ച് ചൂള എനിക്ക് തന്നു. പണ്ട് സൈനബ കാല്മല് വെളിച്ചണ്ണ തേക്കുമ്പം ഇരുന്നിരുന്ന തിണ്ണ സിമന്റ ടർന്നിരിക്കുന്നു. ആൾക്കാർ കോലായ്മല് കാത്തിരുന്നിരുന്ന ബെഞ്ചിന് കാല് ഇല്ല.

“കൈസാത്ത” മെലിഞ്ഞ ചുള്ളിക്കമ്പുപോലെത്തെ കൈ പിടിച്ചു ഞാൻ. “ഞങ്ങളേയ് നാളെ രാവിലെ പോകും.”

കൈസാത്ത ഞങ്ങളെ നോക്കിനിന്നു. ഇടവഴി ഇറങ്ങി ആയിശക്കുട്ടീന്റെ വീടിന്റെ പിന്നാമ്പുറത്തെത്തി. ബാപ്പ അവര്ടെ കോലായ്മല്ക്ക് നടന്നു. കൊടപ്പനചോട്ടിലിരുന്ന് ആയിശക്കുട്ടി ഛർദിക്കുന്നു. കയ്യിലും കഴുത്തിലും ഏലസും നൂലും കെട്ടീട്ട്ണ്ട്. ഒരു പരിചയവും ഇല്ലാത്തത്പോലെ അവളെന്നെ നോക്കി.

തൊട്ടിമല കല്യാണത്തിന് എന്ത് ചോറാ ബെക്കാ? ആടോ? കോയ്യ്യോ? പോത്തോ? അവളുടെ മുഖമാകെ മഞ്ഞ നിറം. കൗസാത്ത അവളെ പിടിച്ച് നടത്തിച്ച് അകത്ത്ക്ക് കൊണ്ടോയി. അവള് വേച്ച് വേച്ച് നടന്നു. പോവുമ്പം എന്നെ തിരിഞ്ഞ് നോക്കി.

“ആയിശക്കുട്ട്യേ ചെറുപ്പത്തിൽ നമ്മള് മണ്ണ് വാരിക്കളിച്ച ഈ കളിമുറ്റവും നമ്മുടെ കാഞ്ഞിരമരവും ചായമക്കാനീം തോട്ടോള്യാക്കാന്റെ തൊടിയും നമ്മുടെ ആളോട്ടിപ്പാറയും ഒക്കെ വിട്ട് ഞാൻ പോവ്വാ. നമ്മളുഞ്ചാളും നടന്നിരുന്ന നമ്മുടെ കുട്ടിക്കാലത്തിന്റെ ഈ ഇടവഴികൾ വിട്ട് ഞാൻ പോവ്വാ.”

ഞാൻ മനസ്സ് കൊണ്ടാണ് അവളോടങ്ങനെ പറഞ്ഞത്.

അച്യുതേട്ടന്റെ വീട് അടഞ്ഞ് കിടക്കുന്നു. അമ്മാളു ഏടത്തീം മനുഷ്യക്കുട്ടീം ഇപ്പോൾ ഏത് കടവത്താവും? സൽമയുടെ പുരയിൽനിന്നും കുട്ടികൾ കരയുന്നു സൽമ അടുപ്പൂതുകയാവും.

ഇനി എനിക്ക് യാത്ര പറയേണ്ട ഒരാൾ ബാക്കിയുണ്ട്. ബാപ്പ വായനശാലയിലേക്ക് കയറി. ഞാനോടി ആളോട്ടിപാറമേൽ കയറി. പണികഴിഞ്ഞ് വരുന്ന ആണുങ്ങളും പെണ്ണുങ്ങളും ഞാനെത്ര തവണ കണ്ടിരിക്കുന്നു എല്ലാം. അവിടെയിരുന്ന് ഞാനൊരുപാട് കരഞ്ഞു. കയ്യിൽ കരുതിയ കളർചോക്ക്കൊണ്ട് അവിടെ ഞാനെന്റെ പേരെഴുതി. പേരിന് ചന്തം വെപ്പിച്ചു.

"ഞാൻ പോവ്വാ. നിന്റെ മേലെ കയറാൻ ഇനിയൊരിക്കലും ഞാൻ വരില്ല." ഞാൻ പതുക്കെ ആളോട്ടിപാറ ഇറങ്ങി. സൽമയുടെ അനിയത്തി ഉമ്മാച്ചു അരച്ചരട് പോലുമില്ലാതെ ആ പാറമേൽക്ക് വലിഞ്ഞ് കയറുന്നു. ഞാൻ തിരിഞ്ഞ് നോക്കി അവൾ എന്റെ പേര് മായ്ക്കുന്നു.

മഗ്‌രിബിനുള്ള നഗാര അടിച്ചു. ഇരുട്ട് വെളിച്ചത്തെ കൊണ്ടുപോവാൻ വന്നു. ആ നേരിയ ഇരുട്ടിൽ ആരോ നടന്നു വരുന്നു.

"നബീസത്ത് മാല കള്ളൻകട്ട്പോയ്
അള്ളാതരും മോളേ നബീസത്ത് മാല.........."

തണുത്ത കാലുകൾ വലിച്ച് വീർത്ത് പൊട്ടാറായ പള്ളയുംകൊണ്ട് നബീസത്ത് മാല പാടി സൽമയുടെ ഉമ്മ തിരിച്ച് വരികയാണ്.